க்ளிக்

சி.ஜெ.ராஜ்குமார்

டிஸ்கவரி பப்ளிகேஷன்ஸ்
எண்: 9, பிளாட் எண்: 1080A, ரோஹிணி பிளாட்ஸ்
முனுசாமி சாலை, கே.கே.நகர் மேற்கு,
சென்னை – 600 078. பேச: 99404 46650

க்ளிக்
ஆசிரியர்: சி.ஜெ.ராஜ்குமார்©

CLICK
Author: **C.J.RAJKUMAR**©

Printed: Ramani Print Solutions, Chennai -5.

1st Edition: July - 2015, 2nd Edition: Dec - 2021

வெளியீட்டு எண்: 0056   ISBN: 978-93-84301-16-3

Pages: 272

Rs. 350

Design & Photos: **Kalaikuviyal**
Back Cover Photo: **Kavinjar. Iyappa Madhavan**

Publisher • *Sales Rights*

Discovery Publications	**Discovery Book Palace (P) Ltd**
No. 9, Plot,1080A,	No. 6, Mahaveer Complex,
Rohini Flats,	Munusamy Salai,
Munusamy Salai,	K.K.Nagar West,
K.K.Nagar West,	Chennai-600 078.
Chennai - 600 078.	Ph: (044) 4855 7525
Mobile: +91 99404 46650	Mobile: +91 87545 07070

discoverybookpalace@gmail.com
WWW.DISCOVERYBOOKPALACE.COM

இந்த நூலில் பிரசுரமாகியுள்ள எந்த ஒரு பகுதியையும் பதிப்பாளரின் எழுத்துபூர்வமான முன்அனுமதி பெறாமல் எடுத்தாள்வதோ, மறுபிரசுரம் செய்வதோ, மொழியாக்கம் செய்வதோ, அச்சு மற்றும் மின்னணு ஊடகங்களில் மறுபதிப்புச் செய்வதோ, காப்புரிமைச் சட்டப்படி தடை செய்யப்பட்டுள்ளது. இந்த நூலிலிருந்து குறிப்பிட்ட பகுதிகளை மேற்கோள்காட்டி புத்தக விமர்சனம் செய்ய, ஊடகங்களுக்கு மட்டும் அனுமதி உண்டு.

உங்கள் மொபைல் போனிலிருந்து ஸ்கேன் செய்து 'டிஸ்கவரி புக் பேலஸ்' மொபைல் ஆப்பை டவுன்லோடு செய்து, புத்தகங்களை வாங்குங்கள்.

இனிய நண்பர்
கலைக்குவியல் அரவிந்குமாருக்கு!

நன்றி

கோவை பி.எஸ்.ஜி. கல்லூரியின் ஃபோட்டோகிராஃபி க்ளப்

SICA

திரு. திருநாவுக்கரசு, faam.

கலைக்குவியல்

திரு. S. சிவராமன், பிரசாத் லேபரட்டரி, சென்னை.

திரு. பழனிகுமார், பெஸ்ட் ஃபோட்டோகிராஃபி டுடே.

திரு. ந.செல்வன், ஒளிப்படக்கலைஞர், நெய்வேலி.

திரு. ஜி.பட்டாபிராமன், ஃபோட்டோ ஜர்னலிஸ்ட்,
பாண்டிச்சேரி.

திரு. க. பொன்னுச்சாமி, நண்பர்.

திரு. நிகில், மக்கள் தொடர்பாளர்.

திரு. ஷண்முகராஜா, ஒளிப்படக்கலைஞர், சத்தியமங்கலம்.

திரு. துவாரகேஷ் பிரபாகர்.

முன்னுரை

திரு.பீ.கண்ணன்,

ஒளிப்பதிவு இயக்குநர்

ஒரு நூலுக்கான முன்னுரை என்பது மிகப்பெரிய பொறுப்பு! டிஜிட்டல் ஃபோட்டோகிராஃபியைப் பற்றிய சி.ஜெ.ராஜ்குமாரின் ‘க்ளிக்’ நூலைப் படித்த என் அனுபவத்தை உங்களோடு பகிர்ந்து கொள்கிறேன். டிஜிட்டல் ஒளிப்பதிவு பற்றிய பல்வேறு நுணுக்கங்களை தெளிவுடன் எழுதிய விதத்தால் அனைவரையும் கவர்ந்த இவரது ‘பிக்சல்’ நூலைப் ஏற்கனவே படித்திருக்கிறேன். திரு.பாலு மகேந்திரா, திரு.பி.சி.ஸ்ரீராம் போன்ற பலர் பாராட்டிய தரமான ஒளிப்பதிவு நூல்களை எழுதியுள்ள இவர் இத்துறையில் பயணித்துக்கொண்டிருக்கும் மிகச்சிறந்த ஒளிப்பதிவாளர். இவர் பணியாற்றிய படங்களின் எண்ணிக்கை சற்று குறைவாக இருப்பினும், ஒவ்வொன்றும் ரத்தினக்கற்களைப் போன்று ஒளிர்பவை.

இவரது சமீபத்திய நூலான ‘க்ளிக்’ எனக்கு மிகவும் பிடித்தமான ஒன்று. ஒரு புத்தகத்திற்கு ‘க்ளிக்’ என்ற தலைப்பே வித்தியாசமானதுதானே? ‘க்ளிக்’ என்ற சப்தம் கேட்பதற்கு முன் ஒரு மனிதன் இரண்டு நொடிகளாவது காமிரா முன் அசையாமல் நிற்கிறானல்லவா? அதுதான் ‘க்ளிக்’ என்ற சப்தத்தின் மகத்துவம்.

சீரான எளிய நடையில் எழுதப்பட்டுள்ளதால், டிஜிட்டல் காமிராவின் தொழில்நுட்பங்களைத் தடங்கல் ஏதுமின்றி வாசிக்க முடிகிறது. நூற்றுக்கணக்கான தொழில்நுட்ப செய்திகளை அவற்றிற்கேற்ற சரியான படங்களுடன் படிப்பதற்கு சுவாரஸ்யமான வகையில் எழுதப்பட்டிருக்கும் இந்நூலில் ஆசிரியரின் அனுபவம் தெரிகிறது.

மாடர்ன் ஃபோட்டோகிராஃபியைப் பற்றி முழுமையாக அறிந்துகொள்ள ஆர்வமுள்ளவர்களுக்கு இந்நூல் மிகவும் பயனுள்ளதாக இருக்கும். ஒளிப்பதிவாளராக திரைத்துறையில் மென்மேலும் சாதனைகள் புரிந்திடவும் இதைப்போன்ற பல நூல்களைத் தொடர்ந்து வழங்கவும், அவரது முயற்சிகள் யாவும் வெற்றிபெறவும் திரு.சி.ஜெ.ராஜ்குமாருக்கு எனது இனிய வாழ்த்துக்கள்!

******

க்ளிக் பற்றி...!

திரு.பழனி குமார்,

ஆசிரியர்

BEST PHOTOGRAPHY TODAY

ஒளிப்படக்கலைஞரின் நோக்கம் ஒன்றாக இருக்க வேண்டும், ஆனால் பார்வை எல்லா திசையிலும் இருக்க வேண்டும் என்று கூறுவார்கள். நண்பர் சி.ஜெ.ராஜ்குமார் அவர்கள் எழுதியுள்ள 'க்ளிக்' புத்தகத்திற்கு இது மிகச் சரியாகப் பொருந்துகிறது.

ஒளிப்படக்கலைஞர், ஒளிப்படக்கலைஞராக விரும்புபவர், ஒளிப்படக்கலையைப் பற்றி அறிந்து கொள்ள நினைப்பவர் என அனைத்து தரப்பினருக்குமாக இப்புத்தகத்தை உருவாக்கியிருக்கிறார்.

இப்புத்தகத்தின் தலைப்பு ஒவ்வொன்றும் ஆழ்ந்த அனுபவத்தின் வெளிப்பாடாக அமைந்துள்ளன. டிஜிட்டல் கேமராவின் தொழில்நுட்பத்தில் துவங்கி, அவற்றின் வகைகள், செயல்பாடுகளை விவரித்து, காட்சி பதிதலின் கட்டமைப்பைப் பற்றிய தெளிவுகளைக் கூறி, ஒளிப்படக்கலையில் இயற்கை ஒளி மற்றும் செயற்கை ஒளி (ஃப்ளாஷ்) பற்றி பதிவு செய்து, பிறகு எக்ஸ்போஷர், நிறம், ஒளிப்படப் பயன்பாட்டு மென்பொருட்கள், காட்சிப் பரிமாணங்களைப் பற்றிய உண்மைகளை நமது மனதில் நிலைநிறுத்தி தொழில்முறை ஒளிப்படக்கலைப் பாதையிலும் கரம் கோர்த்து அழைத்துச் செல்கிறார்.

ஒளிப்படப் பதிவாளர் மற்றவர்களால் அங்கீகரிக்கப்பட்டால் மட்டுமே ஒளிப்படக் கலைஞர் ஆகிறார். ஒரு ஒளிப்படக் கலைஞனாக இந்த உண்மையை உணர்ந்த நண்பர் சி.ஜெ.ராஜ்குமார், ஒளிப்படச் சுற்றுப்பயணம் பற்றியும், அதில் இயற்கை எழில் சார்ந்த நிலப்பரப்புப் படப்பதிவிற்காகவும், பழங்கால சிற்பங்கள், கட்டடங்கள் (மான்யூமண்ட் ஃபோட்டோகிராஃபி) போன்ற பதிவுகளுக்கான காலங்கள் பற்றி தனித்தனியே விளக்கியுள்ளது சிறப்பு. அதேபோல், ஒளிப்படப் போட்டிகளில் பங்கேற்பது தொடர்பாக விளக்கியிருப்பது மிகவும் பயனுள்ள அம்சம்.

ஒருவர் தான் சார்ந்துள்ள கலையின் வரலாற்றைத் தெரிந்து கொள்வது, அத்துறையில் தன்னை நிலைநிறுத்திக் கொள்ள உதவும். ஒளிப்படச் சரித்திரத் துளிகள், புகழ்பெற்ற ஒளிப்படப்பதிவுகள் இந்த நோக்கத்தை நிறைவேற்றுகின்றன.

இக்கலையை கற்கும் ஆவல் கொண்டவர்களுக்கு பயன்பட வேண்டும் என்ற உயரிய நோக்கத்தில் தெளிவான வாக்கிய அமைப்புகள் மற்றும் விளக்கப்படங்களுடன் எழுதப்பட்ட ஒரு முழுமையான வழிகாட்டியாக உள்ளது இந்நூல்.

“உலகியலின் அடங்கலுக்கும் துறைதோறும் நூற்கள்

ஒருத்தர் தயை இல்லாமல் ஊரறியும் தமிழில்

சலசலென எவ்விடத்தும் பாய்ச்சிட வேண்டும்”

என்ற பாவேந்தர் பாரதிதாசனின் கனவை மெய்ப்பிக்க தமிழில் வெளிவந்துள்ள ஒளிப்படக்கலைத் துறைக்கான ஓர் உயர்ந்த தொழில்நுட்ப நூல் இது. நண்பர் சி.ஜெ.ராஜ்குமாரின் இதுபோன்ற புத்தகப் பயணங்கள் நீளட்டும், ஒளிப்படக்கலைஞர்கள் பயன்பெறட்டும். வாழ்த்துக்கள்!

******

பதிப்புரை

மு.வேடியப்பன்
பதிப்பாளர்

எங்கும் நீக்கமற நிறைந்துவிட்ட கேமராக்களால், நாம் இன்று பாதுகாப்பான மற்றும் பாதுகாப்பற்ற இரண்டுவகையான சூழலில் வாழ்ந்து வருகிறோம். எந்த நேரத்தில் எங்கிருந்து யார் நம்மை எப்படிப் படம் பிடிப்பார்கள் என்பதே தெரியாத சூழலில், புகைப்படமெடுப்பது நமது குழந்தைகளின் முக்கியமான விளையாட்டுகளில் ஒன்றாகவும் மாறிவிட்டது. அப்படியென்றால் அவ்வளவு எளிதானதா புகைப்படமெடுப்பது? ஆமாம் என்றால், புகைப்படமெடுப்பது உங்களுக்கு ஒரு விளையாட்டு அல்லது பொழுதுப்போக்கு. இல்லை என்றால், அது உங்களுக்கு தொழில். பொழுதுபோக்கில் விதிகளை பின்பற்ற வேண்டியதில்லை. ஆனால் தொழிலில் அப்படி இருக்க முடியாது இல்லையா?

அப்படி புகைப்படக் கலைஞர்களின் தேவைகளையும், சந்தேகங்களையும் தீர்த்துவைத்து, அவர்களை தொழில்முறை புகைப்படக்காரர்களாக ஆக்குவதற்கான வேலையைச் செய்கிறது 'க்ளிக்'! புத்தகத்தின் தலைப்பே இது எதைப்பற்றிய புத்தகம் என்பதை ஒரே வார்த்தையில் கவிதைபோல வெளிப்படுத்திவிட்டது.

புகைப்பட வகைகள், உலக அளவில் நடக்கும் முக்கியமான புகைப்படப் போட்டிகள், புகைப்பட சுற்றுப்பயணம், புகைப்படம் எடுக்க சிறந்த இடங்கள் என விரியும் தனித்துவமிக்க புத்தகமிது.

அதோடு, கடைசியாக இணைக்கப்பட்டுள்ள இரண்டு சிறப்புக்கட்டுரைகளின் மூலம் இத்துறையில் அனுபவம் வாய்ந்தவர்களின் பார்வையையும் பதிவு செய்திருக்கிறது 'க்ளிக்'. அந்தவகையில் இனி தொழில்முறை புகைப்படக்கலைஞர்களுக்கு சிறந்த வழிகாட்டியாக இப்புத்தகம் இருக்கும்.

திரைப்பட ஒளிப்பதிவு பற்றிய சி.ஜெ.ராஜ்குமாரின் முந்தைய புத்தகங்களான "அசையும் படம்", "பிக்சல்" புத்தகங்களுக்கு வாசகர்களிடையே பெரிய வரவேற்பு கிடைத்தது போலவே புகைப்படக் கலையைக் கற்றுக்கொடுக்கும் இந்தப் புத்தகமும் பெரும் வரவேற்பைப் பெற வேண்டும். டிஸ்கவரி புக் பேலஸ் இப்புத்தகத்தை வெளியிடுவதில் மிகுந்த மகிழ்ச்சி அடைகிறது.

******

என்னுரை

ஒரு படம் ஆயிரம் வார்த்தைகளுக்கு சமம் என்றொரு பழமொழி உண்டு. ஒளிப்படத்தின் மூலம் பல்வேறு செய்திகளையும் உணர்வுகளையும் வார்த்தைகளுக்குச் சமமாக உணர்த்திவிட முடியும். ஒளிப்படக்கலை பலருக்கும் பிடித்தமான பொழுதுபோக்கும் (hobby) கூட.

அனுதினமும் கோடிக்கணக்கான ஒளிப்படங்கள் இணையதளங்களில் பதிவேற்றப்படுகின்றன. பல வகையான டிஜிட்டல் காமிராக்களும் அறிமுகமாகிக் கொண்டே இருக்கின்றன. செல்.'.போன் மூலம் தரமான ஒளிப்படங்களைப் பதிவு செய்யும் திறனும் மேம்படுத்தப்பட்டு வருகிறது. இத்தகைய சூழ்நிலையில் எளிதாக ஒளிப்படங்களைப் பதிவு செய்யலாம் என்ற போதிலும் ஒளிப்படக்கலையில் தனித்துவம் பெறுவது என்பது சவால்கள் நிறைந்ததாக உள்ளது.

இன்றைய டிஜிட்டல் காமிராக்களை, ஒளியியல் (optics), இயக்கவியல் (mechanics), மின்னணுவியல் (electronics) மற்றும் உயர்ரக கணிணியின் கலவை என்றே கூறலாம். ஒளிப்படக்கலையில் ஈடுபடுபவர்கள் தங்களுடைய காமிராக்களின் செயல்பாடு மற்றும் ஒளிப்படக் கட்டமைப்பை பற்றி எவ்வளவு அறிந்திருக்கிறார்களோ அவ்வளவு சிறந்த ஒளிப்படங்களை உருவாக்க முடியும்.

எனது நான்காவது நூலான 'க்ளிக்' காமிராவின் செயல்பாடுகளோடு காட்சிகளை சிறப்பாக படமாக்கும் தொழில்நுட்பத்தையும் ஒருசேர விவரிக்கிறது.

ஒளிப்படக்கலையில் தொடர்ந்து வெற்றிகரமாக இயங்கி வருபவர்களின் நேரடி அனுபவங்கள் இந்தப் புத்தகத்தில் இடம்பெற்றால், அது படிப்பவர்களுக்கு ஊக்கம் தருவதாக இருக்கும் என்று நினைத்து நண்பர்கள் திரு.ந.செல்வன் மற்றும் திரு.பட்டாபிராமனிடம் கேட்டபோது உற்சாகமாக ஒப்புக்கொண்டனர்.

ஒளிப்படக்கலைஞர் திரு.ந.செல்வன் அவர்கள் 'எது நல்ல ஒளிப்படம்?' என்ற தலைப்பில் ஒரு கட்டுரையும் விருது பெற்ற தனது ஒளிப்படங்களையும் அனுப்பினார்.

சர்வதேச விருது பெற்ற ஃபோட்டோ ஜர்னலிஸ்டான திரு.பட்டாபிராமன், பிரசுரமான தனது ஃபோட்டோ கட்டுரைகள் சிலவற்றோடு சேர்த்து ஃபோட்டோ கட்டுரைக்கான விதிகளையும் ஒரு கட்டுரையாக எழுதி அனுப்பினார்.

இந்த இரண்டு சிறப்புக்கட்டுரைகளும் புத்தகத்தில் இடம்பெற்றிருக்கின்றன. இவர்கள் இருவருக்கும் என்னுடைய மனமார்ந்த நன்றிகளை உரித்தாக்குகிறேன்.

தொடர்ந்து திரைப்படங்களில் ஒளிப்பதிவாளராக பணியாற்றிக்கொண்டிருப்பதால் எழுதுவதற்கு நேரம் ஒதுக்க முடியுமா என்ற எண்ணம் ஓடிக்கொண்டிருந்த போது என் மனைவி ராஜி உறுதுணையாக இருந்ததோடு புத்தகத்திற்கு 'க்ளிக்' என்ற தலைப்பையும் கொடுத்தார்.

எனது முந்தைய நூல்களை வடிவமைத்த நண்பர்கள் அரவிந்த்குமார் மற்றும் ராதா பழனிசாமி ஆகியோரே இந்த நூலின் பொறுப்பையும் ஏற்றுக்கொண்டது மகிழ்ச்சியை அளிக்கிறது.

பதிப்பாளரும் நண்பருமான வேடியப்பனுடன் ஒரு திரைப்பட உருவாக்கத்தில் ஈடுபட்டுக்கொண்டிருந்தபோது தமிழில் ஸ்டில் ஃபோட்டோகிராஃபிக்கான நூலின் அவசியம் இருப்பதை வலியுறுத்தி பல்வேறு பணிகளுக்கிடையிலும் இந்நூலை எழுதவேண்டும் என்று தொடர்ந்து நினைவூட்டவும் செய்தார். அவரது 'டிஸ்கவரி புக் பேலஸ்' மூலமாகவே 'க்ளிக்' வெளிவருவது மிகுந்த மனநிறைவை அளிக்கிறது!

அன்புடன்,

சி.ஜெ.ராஜ்குமார்

(ஒளிப்பதிவு இயக்குநர்)

9025775455

cjrframes@gmail.com

******

பொருளடக்கம்

	ஒளிப்படக்கலையின் துவக்கம்	1
1.	டிஜிட்டல் காமிரா தொழில்நுட்பம்	5
2.	காமிரா வகைகள் மற்றும் செயல்பாடுகள்	32
3.	காட்சி கட்டமைப்பு	80
4.	இயற்கை ஒளியில் ஒளிப்படப்பதிவு	100
5.	ஃப்ளாஷ் ஃபோட்டோகிராஃபி	110
6.	எக்ஸ்போசர்	133
7.	நிறம்	152
8.	ஒளிப்பட உலகமும் - காட்சி பரிமாணங்களும்	162
9.	ஒளிப்பட சுற்றுப்பயணம்	166
10.	ஒளிப்படப் போட்டிகள்	180
11.	தொழில்முறை ஒளிப்படக்கலை	191
12.	காமிராவின் முக்கிய உதிரி பாகங்கள்	201
13.	ஒளிப்பட சரித்திரத்துளிகள்	207
14.	புகழ்பெற்ற ஒளிப்படப்பதிவுகள்	213
15.	ஒளிப்பட பயன்பாட்டு மென்பொருட்கள்	221
16.	என் ஒளிப்படப் பயணம்	227
	புது வரவுகள்	236

சிறப்புக்கட்டுரைகள்

1.	ஃபோட்டோ கட்டுரை. திரு.ஜி.பட்டாபிராமன்	242
2.	எது நல்ல ஒளிப்படம்? திரு. ந.செல்வன்	245

நூலாசிரியரின் ஒளிப்படத்தொகுப்பு	251
தேசிய விருது பெற்ற ஒளிப்படப்பதிவுகள் (வண்ணத்தில்)	255
திரு. ஜி. பட்டாபிராமனின் ஃபோட்டோ கட்டுரைகள்	257

ஒளிப்படக்கலையின் துவக்கம்

1839

ஒளிப்படக்கலைக்கு அடிப்படைத் தத்துவம் 'காட்சிப்பதிவு'! அது ஒளியின் மூலமாக எப்படி உருவாகிறது என்பதை பல நூற்றாண்டுகளுக்கு முன்பே அரிஸ்டாட்டில் என்ற அறிஞர் உலகிற்குத் தெரியப்படுத்தினார்.

ஒரு நாள் அரிஸ்டாட்டில் ஓர் இருண்ட அறையின் கதவிலிருந்த துவாரத்தின் வழியாக வெளியே இருந்த காட்சி (subject) அந்த அறையினுள் தலைகீழாகவும் மங்கலாகவும் உருவெடுத்ததைக் கண்டார். இந்த நிகழ்வுதான் உலகின் மிகப் பிரபலமான விஞ்ஞானப்புரட்சிக்கு வித்திட்டது.

அதன்பிறகு பல ஆராய்ச்சியாளர்கள் மங்கலாக உருவான காட்சிகளைத் தெளிவான காட்சிகளாக உருவாக்கும் முயற்சியில் தொடர்ந்து ஈடுபட்டனர். அதற்காக அந்த துவாரத்தில் 'லென்ஸ்' பொருத்தப்பட்டது. 'கான்வெக்ஸ்' கண்ணாடியையும் 'கான்கேவ்' கண்ணாடியையும் இணைத்து வடிவமைத்தபோது 'லென்ஸ்' உருவானது. லென்ஸ் பொருத்தியபிறகு அந்த இருண்ட அறையில் தெளிவான காட்சிபிம்பம் (image) உருவானது.

இதன் அடிப்படையில் உருவானதுதான், 'காமிரா அப்ஸ்குரா' (Camera Obscura) எனப்படும் உலகின் முதல் ஒளிப்படக்காமிரா. 1670ம் ஆண்டு ராபர்ட் பாய்லி இந்தக் காமிராவை உருவாக்கினார்.

இதற்கு முன்னர் லென்ஸ் இல்லாமல் இருண்ட அறையைப்போன்ற வடிவத்தில் ஒரு பெரிய பெட்டியை உருவாக்கினர். அதன் நடுவில் ஒரு சிறிய துவாரத்தை ஏற்படுத்தி அதனுள் 'கண்ணாடிக்காகிதம்' (tracing sheet) வைத்து காட்சி பிம்பத்தை உருவாக்கினார் கிர்ஸர் என்ற விஞ்ஞானி. இது 1646ம் ஆண்டு ரோம் நகரில் நடந்தது.

'அப்ஸ்குரா' என்றால் லத்தீன் மொழியில் 'இருண்ட அறை' என்ற பொருள். இருண்ட அறையில் உருவான காட்சிப்பிம்பத்தை எதன் மூலமாக எப்படி பதிவு செய்வது என்பதைக் கண்டுபிடிக்க உலகின் பல நாடுகளைச் சேர்ந்த விஞ்ஞானிகள் நீண்ட வருடங்களுக்குப் பரிசோதனை முயற்சிகளை மேற்கொண்டனர்.

ஏறத்தாழ 200 வருடங்களுக்குப் பிறகு 1839ம் ஆண்டு நவீன ஒளிப்படக்கலையின் சரித்திரம் துவங்கியது. அதே ஆண்டு ஆகஸ்டு 19ம் தேதி டாக்ரே மற்றும் வில்லியம் ஹென்றி ∴பாக்ஸ் தால்போட் என்ற இரு விஞ்ஞானிகளும் இன்று நடைமுறையிலிருக்கும் ஒளிப்படக்கலையின் செயல் முறைத்தத்துவத்தை உலகிற்கு அறிவித்தனர். இதனால்தான், ஆகஸ்டு 19 ம் தேதி உலக ஒளிப்பட தினமாக (World Photographic day) கொண்டாடப்பட்டு வருகிறது.

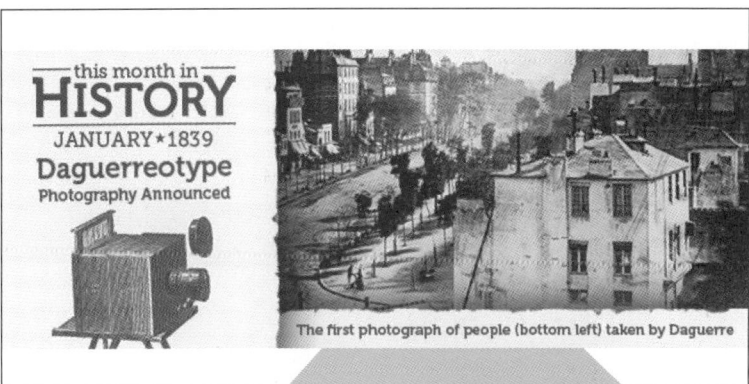

The first photograph of people (bottom left) taken by Daguerre

இவ்விரு விஞ்ஞானிகளும் காட்சியைக் காமிராவில் பதிவு செய்து அதனை ஒளிப்படமாக உருவாக்குவதற்கு மூன்று முக்கிய விதிகளை உருவாக்கினர்.

- சில்வர் ஹாலைடு (Silver Hallide) என்ற ரசாயனத்தை இருண்ட அறையினுள் காகிதத்திலோ அல்லது ∴பிலிமிலோ தடவி அதைக் காமிராவில் வைத்து எக்ஸ்போஸ் செய்யும்போது ∴பிலிமின் மீது ஒளிபட்டு மாற்றம் ஏற்படுகிறது. இப்படி காட்சிப்பதிவு உருவாவதை 'லேடண்ட் இமேஜ்' (Latent image)என்று கூறுகிறார்கள்.

- ∴பிலிமில் பதிவான பிம்பத்தை இருண்ட அறையில் 'இமேஜ் டெவலப்பர்' (image developer) ரசாயனத்தால் டெவலப்பிங் செய்வது.

- டெவலப்பிங் மூலமாக உருவான காட்சியை ∴பிக்சிங் (fixing) என்ற முறையால் அதற்கு மேலும் ரசாயன மாற்றம் ஏற்பட்டுவிடாமல் நிறுத்துவது.

இந்தத் தொழில்நுட்பம் மிகப்பெரிய விஞ்ஞானப்புரட்சிக்கு வித்திட்டது. இதிலிருந்து ஒளிப்படக்கலை பெரிய மாற்றத்தைக் கண்டு வெகு வேகமாக மக்கள் கலையாக உருவெடுத்தது.

இதற்கு முக்கியமான காரணம் 'கொடாக்' (Kodak) நிறுவனர் ஜார்ஜ் ஈஸ்ட்மேன் (George Eastman) ஆவார். ஆரம்பகாலத்தில் ஒரு ஒளிப்படம் எடுக்க வேண்டுமென்றால் பல மணி நேரங்களுக்கு ஏதோ ஒரு பொருளோ அல்லது மனிதர்களோ அசையாமல் ஒரே இடத்தில் இருக்க வேண்டும். அதற்கு காரணம் ஒளிப்படம் எடுக்கத் தேவையான ரசாயனப் பொருட்கள் (Silver Hallides) மிகவும் குறைந்த செயல்திறன் கொண்டதாகவே இருந்தது. மேலும், காமிரா ஒரு குதிரைவண்டியில் ஏற்றிச்செல்லும் அளவிற்கு பெரியதாகவும் இருந்தது.

அதன் பிறகு ஜார்ஜ் ஈஸ்ட்மேன் ஒளி மாற்றம் ஏற்படுத்தும் ரசாயனத்தின் திறனை அதிகரித்து ஃபிலிம் என்னும் மீடியத்தை உருவாக்கினார். காமிராவின் அளவைக் குறைத்து கைக்கு அடக்கமான கருவியாகவும் கொண்டு வந்தார்.

'நீங்கள் காமிராவின் பொத்தானை அழுத்துங்கள்; மற்றதை நாங்கள் பார்த்துக்கொள்கிறோம்!' என்று விளம்பரப்படுத்தி ஒளிப்படக்கலையை மக்களிடம் கொண்டு சென்றார்.

பல இடங்களில் ஃபோட்டோ லேப்புகளையும் (photo lab) ஜார்ஜ் ஈஸ்ட்மேன் அமைத்தார்.

அதற்கு முன்னர் ஒளிப்படம் எடுப்பவர்கள் இருண்ட அறைகளில் தாங்களே ஃபோட்டோக்களைக் கழுவி பிரிண்ட் செய்து கொள்ளவேண்டியிருந்தது.

*****

டிஜிட்டல் காமிரா
தொழில்நுட்பம்

DIGITAL
CAMERA
TECHNOLOGY

1

2
3
4
5
6
7
8
9
10
11
12
13
14
15
16

பகுதி - 1

டிஜிட்டல் காமிரா தொழில்நுட்பம்
(Digital Camera Technology)

காட்சியை பதிவு செய்வதே ஃபோட்டோகிராஃபி எனப்படும் ஒளிப்படக் கலையின் அடிப்படைத் தத்துவம்.

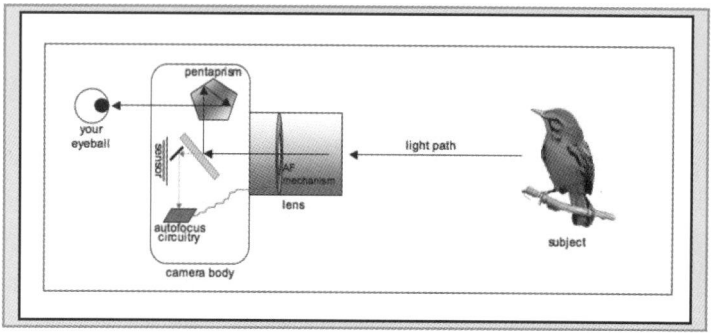

ஒளியானது லென்ஸ் வழியாக காமிராவினுள் இருண்ட அறையில் உள்ள "சென்சார்" மீது படும்படியாக இன்றைய டிஜிட்டல் காமிராக்கள் உருவாக்கப்படுகின்றன.

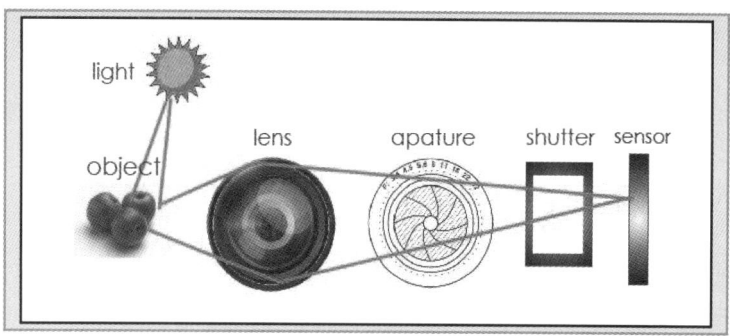

டிஜிட்டல் ஒளிப்படத் தொழில்நுட்பமானது ஒளி உணர்திறன் வாய்ந்த 'சென்சார்' மற்றும் 'ஃப்ரொக்கிராமிங்' (programming) கின் அடிப்படையில் இயங்குகிறது.

நாம் பார்க்கும் காட்சிகள் ஒளியாக காமிராவின் முன் பக்கத்தில் உள்ள 'லென்ஸ்' வழியாக ஊடுருவி வந்தடைகிறது.

சென்சார் (sensor), நவீன 'சூரிய மின் தகடுகள்' (solar) போலவே செயல்படுகிறது. ஒளியானது 'சோலார்' தகடுகள் மீது பட்டவுடன் எப்படி மின்சக்தியாக மாறுகிறதோ அதே போல 'சென்சார்' மீது ஒளிபடும்போது, அது ஒளி மின் சக்தியாக (photo electric energy) உருவாகிறது.

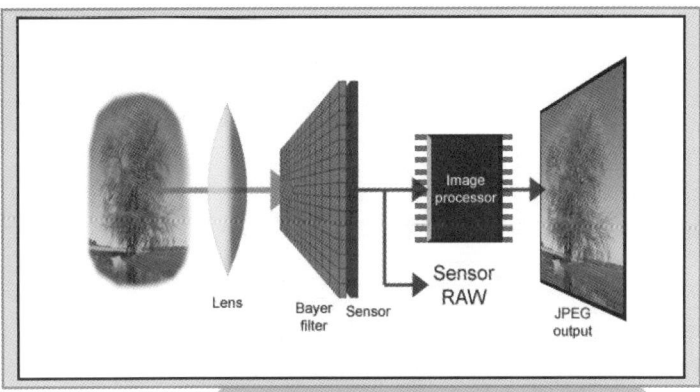

சென்சார் பல ஆயிரம் ஒளி உணர்திறன் கொண்ட துகள்களால் (photo sensitive diodes) வடிவமைக்கப்பட்டுள்ளது. அதிலிருந்து உருவாகும் ஒளிமின் சக்தியானது ஒளிப்படத்தின் தனித்தனி பிக்சல்களாக உருப்பெறுகிறது.

இன்றைய காமிராக்கள் இரண்டு முக்கிய வகைகளான சென்சாரை பயன்படுத்தி தயாரிக்கப்படுகிறது.

அவை,

சி.சி.டி (C.C.D) மற்றும் சி.மோஸ் (C.mos).

இன்றைய டிஜிட்டல் காமிராக்களில் சென்சார் போலவே மிக முக்கியமானது 'இமேஜ் ப்ராஸஸர்' (Image processor) ஆகும்.

அது ஒரு சிறிய கணிணி (mini computer) போலவே செயல்படுகிறது. ஒளி சென்சாரில் பட்டவுடன் ஏற்படும் ஒளி சக்தியிலிருந்து நொடிக்கும் குறைவான நேரத்தில் ஒளி மற்றும் நிறத்தின் அளவுகோல்களை நிர்ணயித்தல் மற்றும் பல்வேறு நுட்பங்களை மதிப்பீடு செய்து டிஜிட்டல் தகவல்களாக மாற்றியமைக்கிறது.

காமிராவில் உள்ள 'மெமரி கார்டில்' (memory card) டிஜிட்டல் தகவல்கள் காட்சிப் படிமமாக பதிவாகிறது.

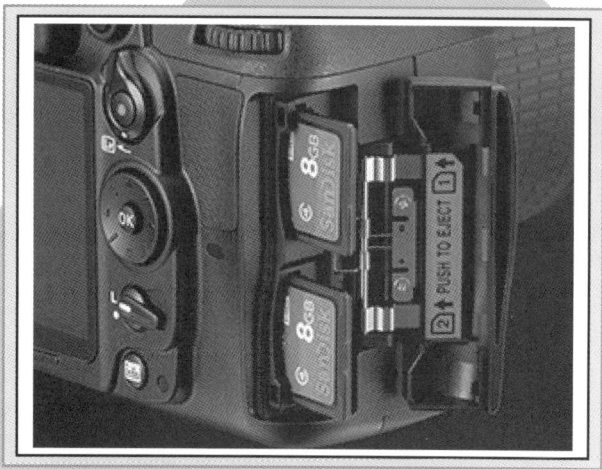

Memory Card Room

நாம் ஒவ்வொருமுறை காமிராவை இயக்கும்போதும் ஒரு நிழற்படம் உருவாக ஆயிரக்கணக்கான கணக்கீடுகளை காமிரா கணிணி செயலி (Image processor) பயன்படுத்துகிறது. காட்சி முன்னோட்டம் (preview), பரிமாற்றம் (transfer), வடிகட்டுதல் (filter) மற்றும் சேமிப்பு (storage) ஆகியவை காமிரா கணிணி செயலி மூலமாக நிகழ்கின்றன.

காமிராவை இயக்கும்போது ஏற்படும் அதிர்வுகளை இக் கணிணி செயலி வடிகட்டுகிறது. இன்று விலை குறைந்த டிஜிட்டல் காமிராக்களில் கூட இத்தகைய சிறப்பம்சங்கள் கிடைக்கப்பெறுகின்றன.

காமிரா அதன் மிக எளிய தொடக்க காலத்திலிருந்து நீண்ட தொலைவு வந்துவிட்டது. ஆரம்பகால காமிராக்களில் லென்ஸ் கூட இல்லை. அதற்கு பதிலாக, ஒரு மிகச்சிறிய துவாரத்தின் வழியே தான் ஒளி ஊடுருவிச் சென்று காமிராவிற்குள் (Camera Obscura) உள்ள இருட்டறையில் காட்சி உருவானது.

இன்று உலகம் முற்றிலுமாக டிஜிட்டல் மயமாகிவிட்ட சூழ்நிலையில், பல்வேறு வகையான வடிவங்களில் காமிராக்கள் தயாரிக்கப்படுகின்றன.

அவற்றில் முக்கியமானவை:

- காம்பேக்ட் காமிரா (Compact Camera)

- பிரிட்ஜ் காமிரா (Bridge Camera)

- டி.எஸ்.எல்.ஆர். காமிரா (DSLR Camera)

- மாடுலர் காமிரா (Modular Camera)

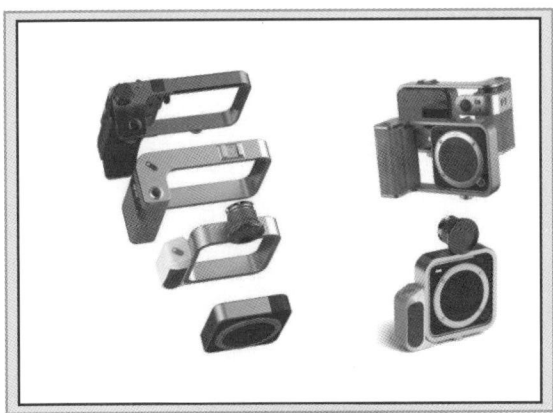

- டி.எஸ்.எல்.டி. காமிரா (DSLT Camera)

மேலே குறிப்பிடப்பட்டுள்ள பல்வேறு வகையான காமிராக்களின் பயன்பாட்டை அறிந்துகொள்ளும் முன் பொதுவாக, காமிராக்களின் முக்கிய பாகங்களையும் (components) அவற்றின் செயல்பாடுகளையும் பற்றி அறிந்துகொள்வோம்.

காமிரா அறை (Camera body)

ஒளிப்படக் கருவியின் அடிப்படையான பாகம்தான் 'காமிரா அறை' (camera body) எனப்படும். அது உயர்ரக கண்ணாடித் துகள்களால் ஆன பிளாஸ்டிக் மற்றும் அலுமினியத்தால் தயாரிக்கப்படுகிறது.

பல விதமான செயல்பாடுகளைத் தன்னகத்தே கொண்டது காமிரா அறை. குறிப்பாக, காமிராவை இயக்கப் பயன்படும் 'பாட்டரி'. இதனுடைய சக்தியின் மூலமாகவே ஷட்டர் (shutter) மற்றும் ஃப்ளாஷ் வெளிச்சம் (flash light) இயங்குகிறது. மேலும், ஏனைய பல மெனுக்களும் காமிராவின் அறையில்தான் அடங்கியுள்ளன.

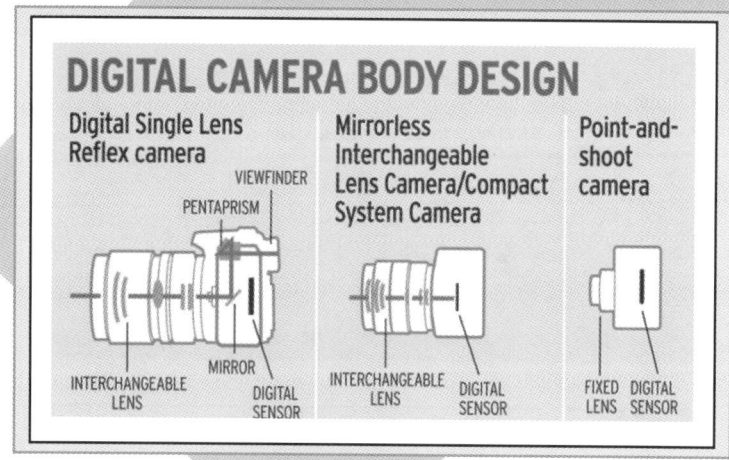

லென்ஸ் (Lens)

காமிராவின் முக்கிய இணைப்பு 'லென்ஸ்' ஆகும். பல அடுக்குகள் கொண்ட 'லென்ஸ் கூறுகள்' (lens elements) ஒளிக்கதிர்களை அதன் பாதையில் சென்சாரை சென்று அடையும் வரை துல்லியமாக வழி நடத்துகிறது.

சிறந்த தயாரிப்பிலான லென்ஸ்கள் ஒளிச்சிதறல்களை (lens aberration) வெகுவாகக் கட்டுப்படுத்துகின்றன.

காமிராவின் முக்கியமான இணைப்பு பாகம் "லென்ஸ்". "கான்கேவ்" (concave) மற்றும் "கான்வெக்ஸ்" (convex) கண்ணாடிகளின் இணைப்புதான் "லென்ஸ்" ஆக உருவாக்கப்படும் அடிப்படை அறிவியல் நுட்பம்.

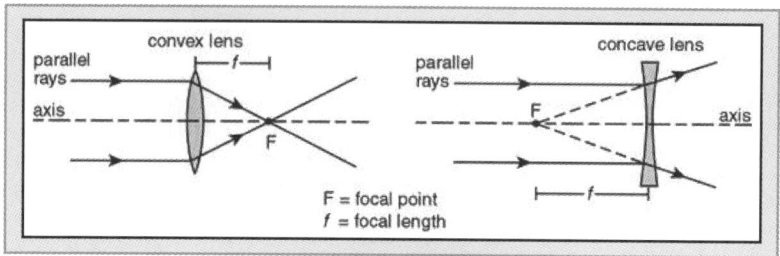

"லென்ஸ்" என்ற வார்த்தை கிரேக்கச் சொல்லான "லென்டில்" என்ற சொல்லிலிருந்து மறுவி வந்தது. ("லென்டில்" என்ற ஒரு பருப்பு வகை, அப்படியே லென்ஸ் போன்ற வடிவில் இருக்கும்).

லென்ஸ் இரண்டு முக்கியமான பணிகளைச் செய்கிறது.

ஒளியை அப்ரேச்சர் என்ற திறப்பு மூலம் கட்டுப்படுத்துகிறது.

லென்ஸில் உள்ள ஃபோகஸ் வளைவு மூலம் காமிராவின் வியூ ஃபைண்டரில் பார்த்தவாறு காட்சிகளை நமக்கு எந்த பகுதி தெளிவாக வேண்டுமோ அதை ஃபோகஸ் செய்ய உதவுகிறது.

அப்ரேச்சர் (Aperature)

ஒளியானது லென்ஸ் வழியாக செல்லும்போது காட்சிகளின் தன்மைக்கு ஏற்றவாறு "ஒளி அளவை" தீர்மானிக்க வேண்டி "அப்ரேட்சர்" என்ற விருப்பம் லென்ஸில் உள்ளது.

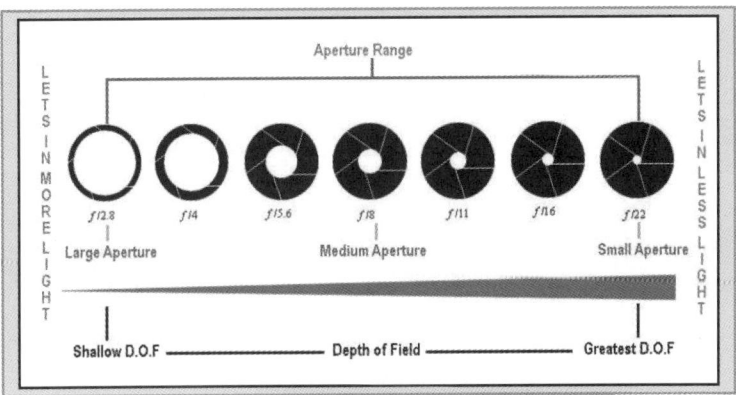

அப்ரேச்சர் திறப்புகளை "எ.்.ப்" அல்லது "டி" ஸ்டாப் என்ற எண்களால் நிர்மாணிக்கப்படுகிறது.

F 1.2 / 1.4 / 1.8 /2 /2.8 /3.1 / 3.5 / 4 /5.6 / 8 / 11 / 16 / 22 / 32

"எ.்.ப்" எண்கள் அதிகரிக்க அதிகரிக்க, காமிராவுக்குள் "ஒளி" யின் அளவு செல்வது குறையும்.

பொதுவாக ஹை ஸ்பீட் லென்ஸ் என்பதை அப்ரேச்சர் திறப்பை வைத்தே சொல்லப்படுவதுண்டு. குறைந்த "எ.்.ப்" எண் கொண்ட லென்ஸ் அதிக வெளிச்சத்தை காமிராவுக்குள் செலுத்தும்.

டெப்த் ஆ.ஃ.ப் .ஃ.பீல்ட் (Depth of field)

.ஃ.பிரேமில் படமாக்கும் பொருளின் முன்னும் பின்னும் .ஃ.போகஸ் (focus), துல்லியமும் (zone of sharpness) படிப்படியாக மாறுபடும்.

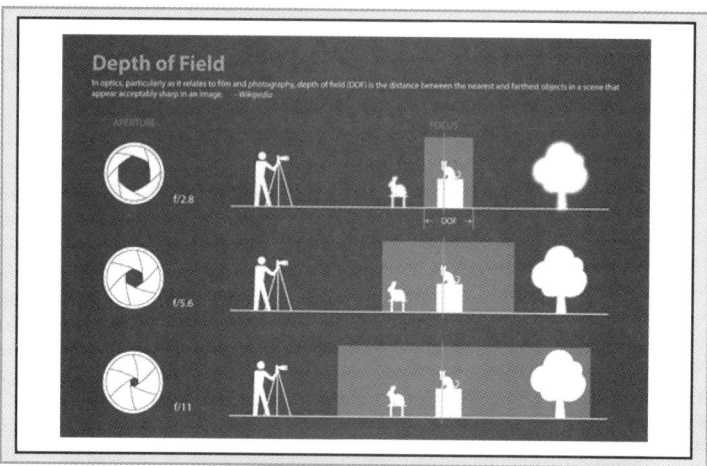

"கலை சார்ந்த பதிவு" (artistic) களைச் செய்வதற்கு, "டெப்த் ஆ.ஃ.ப் .ஃ.பீல்ட்" நிர்ணயம் ஒரு ஒளிப்படக்கலைஞருக்கு மிகவும் முக்கியமான உத்தியாகும்.

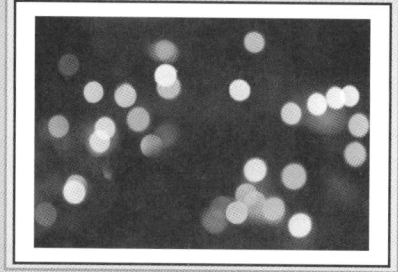

ஒரு காட்சியை .ஃ.போகஸ் செய்து பதிவாக்கம் செய்யும்போது காட்சியின் பின்புறம் (background) ஒருவித "மங்கலாக" (out of focus) இருந்தால் அது காட்சிக்கு அழகுணர்ச்சியை ஊட்டும். இதை "போக்ஹே" (bokeh) என்பார்கள்.

நாம் ∴போகஸ் செய்யும் பொருளுக்கு பின்னால் (background) கொஞ்சம் டெப்த் மாறுபட்டால்தான் காட்சிக்கு (subject) தனித்தன்மை கிடைக்கும்.

ஒளிப்படப்பதிவில் "டெப்த் ஆ∴ப் ∴பீல்ட்" டைக் கட்டுப்படுத்த மூன்று முக்கியமான காமிரா கட்டுப்பாடுகள் கொண்டு செய்ய வேண்டும்.

சென்சார்

அப்ரேட்சர்

∴போகல் லென்த்

டிஜிட்டல் காமிராக்களில் உள்ள "சென்சாரின்" அளவு மிக முக்கிய பங்கு வகிக்கிறது.

சென்சாரின் அளவு அதிகமாகும் போது "காட்சிப்பதிவில்" போக்ஹே (bokeh) டெப்த் ஆ∴ப் ∴பீல்ட் நன்றாக கட்டுப்படும்.

அப்ரேச்சர் எண் அதிகமாக ஆக டெப்த் (depth) கூடிக்கொண்டே போகும். அப்ரேச்சர் எண் குறையக்குறைய - டெப்த் குறைந்து காட்சிக்கு அழகூட்டும்.

அதேபோல் டெலி லென்ஸ் பயன்படுத்தும் போதும் டெப்த் ஆ.்.ப் ஃ.பீல்ட் கன்ட்ரோல் கிடைக்கும்.

ஃ.போகல் லென்த் (focal length)

என்ன வகையான "லென்ஸ்" பயன்படுத்துகிறோம் (நார்மல் அல்லது டெலி லென்ஸ்) என்று அறிய ஃ.போகல் லென்த் அளவுகோல் உபயோகமாகிறது.

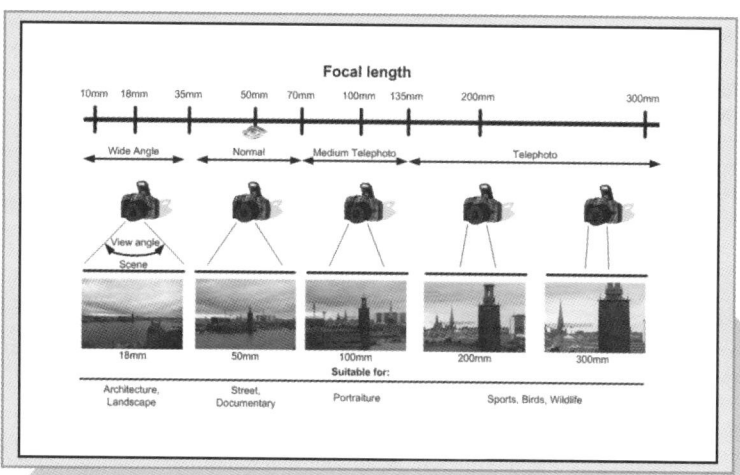

லென்ஸ் இரண்டு முக்கிய வகைகளாக பிரிக்கப்படுகிறது.

ப்ரைம் லென்ஸ் (prime lens)

ஜூம் லென்ஸ் (zoom lens)

மேலே உள்ள இரண்டு வகை லென்ஸுகள் மூன்று முக்கியமான பார்வைப் பரப்புகளுக்கு உட்படுகிறது.

நார்மல் லென்ஸ் (normal lens)

வைட் லென்ஸ் (wide lens)

டெலி லென்ஸ் (tele lens)

நார்மல் லென்ஸ் (normal lens)

மனிதனுடைய கண்களில் உள்ள பார்வைக்கோணத்தை அடிப்படையாக கொண்டு தயாரிக்கப்படுகிறது.

படமாக்கும் பரப்பு - 45 டிகிரி

35 எம்.எம்.காமிராவிற்கு 50 எம்.எம். நார்மல் லென்ஸ் ஆகும்.

வைட் லெனஸ் (wide lens)

நார்மல் லென்ஸை விட அதிக பார்வை பரப்பு (angle of view) கொண்டு தயாரிக்கப்படும் லென்ஸ் "வைட் லென்ஸ்" ஆகும்.

அதிக பார்வைப் பரப்பைப் படமாக்கும் திறனுள்ள வைட் லென்ஸ் படமாக்கும் காட்சிகளின் தன்மை இயல்பை விட இமேஜின் அளவு சுருக்கப்படும்.

8 எம்.எம். லிருந்து 40 எம்.எம். வரை உள்ள லென்ஸ் "வைட்"ரகத்தை சார்ந்தது.

டெலி லென்ஸ் (Tele lens)

டெலி லென்ஸ் பயன்படுத்தும் போது படமாக்கும் இடமோ, பொருளோ இயல்பை விட பெரியதாக பதிவாகும்.

டெலி லென்ஸ் பார்வை பரப்பு அதன் எம்.எம். அளவைப் பொருத்து சுருங்கும்.

75 எம்.எம். லிருந்து 500 எம்.எம். வரை தயாரிக்கப்படும் லென்ஸ் "டெலி லென்ஸ்" ஆகும்.

ப்ரைம் லென்ஸ் (Prime lens)

பிரத்தியேகமாக குறிப்பிட்ட எம்.எம். ல் வடிவமைக்கப்படும் லென்ஸ்கள் "ப்ரைம் லென்ஸ்" எனப்படும்.

ப்ரைம் லென்ஸ் வைட், நார்மல், டெலி ஆகிய அனைத்து வகைகளிலும் தயாரிக்கப்படுகிறது.

உதாரணம்: 20 எம்.எம், 35 எம்.எம், 50 எம்.எம், 85 எம்.எம், 100 எம்.எம், 135 எம்.எம், 200 எம்.எம், 350 எம்.எம், 400 எம்.எம், 500 எம்.எம். ஆகிய வெவ்வேறு அளவுகளில் பல லென்ஸ் நிறுவனங்கள் தயாரிக்கின்றன.

ஜூம் லென்ஸ் (zoom lens)

பல எம்.எம். கொண்ட லென்ஸ்களை ஒருங்கிணைத்து ஒரே லென்ஸாக வடிவமைக்கப்படுவது "ஜூம்" என்று அழைக்கப்படுகிறது. ஜூம் லென்ஸ், நகரும் பாகங்களைக் கொண்ட அமைப்பாகும்.

Angle of View Wide Normal Tele

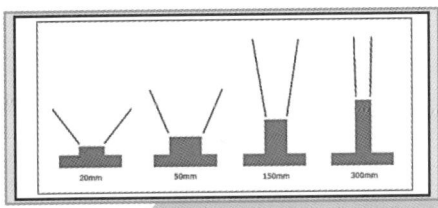

பிரபலமான ஜூம் லென்ஸ் வகைகள்

- 11 - 16 எம்.எம்.
- 16 - 35 எம்.எம்.
- 24 - 70 எம்.எம்.
- 24 - 105 எம்.எம்.
- 30 - 300 எம்.எம்.
- 70 - 200 எம்.எம்.
- 70 - 300 எம்.எம்.
- 25 - 500 எம்.எம்.

ஆகியவற்றோடு நூற்றுக்கும் மேற்பட்ட வகைகளில் தயாரிக்கப்படுகிறது.

சிறப்புப் பயன்பாட்டு லென்ஸ்கள்

டி.எஸ்.எல்.ஆர். காமிராக்களுக்கு லென்ஸ் மற்றும் வசதிக்கேற்ப பல பிரத்தியேக லென்ஸ்கள் தயாரிக்கப்படுகின்றன.

மேக்ரோ லென்ஸ் (macro lens)

மிகச்சிறிய பூச்சிகள், பூக்கள் அல்லது பொருட்கள் ஆகியவற்றை அருகாமையிலிருந்து படமாக்குவதற்கு 'மேக்ரோ லென்ஸ்' பயன்படும்.

மேக்ரோ லென்ஸ் கொண்டு படமாக்கும்போது சிறிய அளவிலான கூறுகள் மிகப்பெரியதாக பதிவாகும்.

• 60 எம்.எம். மேக்ரோ லென்ஸ் - பொருட்களை அருகாமையில் இருந்து படமாக்குவதற்கு சிறந்தது.

100 எம்.எம். மேக்ரோ லென்ஸ் - சிறிய பூச்சிகள், பூக்கள் பதிவிற்கு ஏற்றது.

180 எம்.எம்.மேக்ரோ லென்ஸ் - மிகச்சிறிய பூச்சிகளின் பாகங்களைப் படமாக்குவதற்கு ஏற்றது.

மீன் பார்வை லென்ஸ் (Fish eye lens)

180° டிகிரி பார்வை பரப்பு கொண்டவை 'மீன் பார்வை' ஃபிஷ் ஐ லென்ஸ்கள். பொதுவாக இவற்றை எல்லா நேரங்களிலும் பயன்படுத்த இயலாது.

இவ்வகை லென்ஸ் பார்வைக்கோணம் பிரமிப்பூட்டுவதாக அமையும். இது அல்ட்ரா-வைட் (ultra wide) லென்ஸ் என்றும் அழைக்கப்படும்.

இதன் ஃபோகல் லென்த் .5 எம்.எம். முதல் 10 எம்.எம். வரை.

நகர்வு மற்றும் சாயும் லென்ஸ் (Tilt & Shift Lens)

இந்த ஸ்பெஷல் லென்ஸ் காமிராவில் பொருத்தப்பட்ட பிறகு அதை சாய்க்கவும் கொஞ்சம் நகர்த்தவும் முடியும்.

'டில்ட் & ஷிஃப்ட்' என்று அழைக்கப்படும் இவ்வகை லென்கள், மினியேச்சர் (miniature) வகை ஒளிப்படப்பதிவிற்கும், கட்டடங்களை படமாக்கும் போது அதன் பார்வைக்கோணம் மற்றும் தோற்றத்தை லென்ஸை சாய்த்து நகர்த்தி மாற்றியமைக்க முடியும்.

சூப்பர் டெலி லென்ஸ் (Super tele lens)

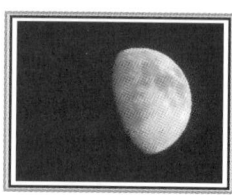

நீண்ட தூரம் உள்ளவற்றை குறைந்த டெப்த் மற்றும் பார்வைக்கோணத்தில் படமாக்க சூப்பர் டெலி லென்ஸ் உபயோகப்படுத்தப்படுகிறது.

இதை பயன்படுத்தும்போது நீண்ட தூரத்தில் உள்ள சப்ஜெக்ட்டுகளை க்ளோசப் அளவில் படமாக்க முடியும்.

அபூர்வ பறவைகள், மிருகங்களை துல்லியமாகப் படமாக்க சூப்பர் டெலி லென்ஸ் உதவும்.

இவ்வகை லென்ஸ்களைப் பயன்படுத்தும்போது காமிராவை ட்ரைபாட் அல்லது ஸ்டாண்டில் வைக்க வேண்டும். ஏனென்றால், சூப்பர் டெலி லென்ஸின் எடை அதிகம் (3 கிலோகிராம்).

ஐ.எஸ்.ஓ. அப்ரேச்சர் மூலம் ஒளி அளவைக்கூட்ட வேண்டும்.

அதாவது, உயர் எண் ஐ.எஸ்.ஓ. மற்றும் குறைந்த எண் கொண்ட அப்ரேச்சர் திறப்பு பயன்படுத்த வேண்டும்.

500 எம்.எம்., 800 எம்.எம்., 1200 எம்.எம் ஆகியவை சூப்பர் டெலி ரகத்தைச் சார்ந்த லென்ஸ்கள்.

காம்பாக்ட் காமிராக்களில் டி.எஸ்.எல்.ஆர். போல் மாற்றும் லென்ஸ் வசதியில்லை என்றாலும் அதன் நிலையான லென்ஸாக (fixed lens) உள்ள டிஜிட்டல் ஜூம், சூப்பர் டெலி அளவிற்கு இன்றைய நவீன டிஜிட்டல் காமிராக்களில் உள்ளது.

அதை 50 எக்ஸ் (50X), 100 எக்ஸ் (100X) என்று குறிப்பிடப்படுகிறது.

இன்று அதிகம் பயன்படுத்தப்படும் டி.எஸ்.எல்.ஆர். லெனஸ்கள்

கேனான்

- இ.எ.ஃப். 50 எம்.எம். F/1.8 II லெனஸ் (EF 50mm F/1.8)
- இ.எ.ஃப். 70-200 எம்.எம். F2.8 எல்.ஐ.எஸ் யூ.எஸ்.எம் (EF 70-200mm F2.8 LIS USM)
- இ.எ.ஃப். 24-105 எம்.எம். F4 எல்.ஐ.எஸ் யூ.எஸ்.எம் (EF 24-105mm F4 LIS USM)
- இ.எ.ஃப். 85 எம்.எம். F1.8 யூ.எஸ்.எம் (EF 85mm F1.8 USM)
- இ.எ.ஃப்-எஸ். 17-55 எம்.எம். F/2.8 ஐ.எஸ் யூ.எஸ்.எம் (EF-S 17-55mm F2.8 IS USM)
- இ.எ.ஃப். 100 எம்.எம். F2.8 மேக்ரோ யூ.எஸ்.எம் (EF 100mm F2.8 macro USM)

நிக்கான்

- 18-200 எம்.எம். F3.5-5.6 ஜி.இ.டி-ஐ.எ.ஃப் ஏ.எ.ஃப்-எஸ் வி.ஆர் டி.எக்ஸ் லென்ஸ் (18-200 mm F3.5-5.6 G ED - IF AF-S VR DX lens)
- 50 எம்.எம். 1.8 டி ஏ.எ.ஃப்.(50mm F1.8 D AF).
- 70-200 எம்.எம். ஜி.இ.டி- ஐ.எ.ஃப். ஏ.எ.ஃப்-எஸ் வி.ஆர் (70-200mm G ED-IF AF-S VR).
- 105 எம்.எம். எ.ஃப்.2.8 ஜி.இ.டி- ஐ.எ.ஃப். ஏ.எ.ஃப்-எஸ் வி.ஆர் (105mm F/2.8 G ED-IF AF-S VR)
- 24-70 எம்.எம். 2.8 ஜி.இ.டி- ஏ.எ.ஃப்-எஸ் (24-70mm F/2.8 G ED AF-S)

- 10.5 எம்.எம். 2.8 ஜி.இ.டி- ஏ.எ.ஃப் டி.எக்ஸ் (மீன் பார்வை) (10.5mm F/2.8 G ED AF-DX fish eye lens).

மற்ற தயாரிப்புகள்

- சிக்மா 10-20 எம்.எம். எ.ஃப் 4-5.6 இ.எக்ஸ்.டி.சி. ஹெச்.எஸ்.எம். (sigma 10-20mm F4-5.6 EX DC HSM)

- பென்டாக்ஸ் எஸ்.எம்.சி.பி-எ.ஃப்.ஏ எ.ஃப்.ஃ.1.4 50 எம்.எம். லென்ஸ் (pentax SM CP - FA 50mm 1.4 lens)

- சிக்மா 70-300 எம்.எம். எ.ஃப் 4-5.6 டி.ஜி.ஏ.பி.ஓ மேக்ரோ டெலி ஜீம் (Sigma 70-300mm F 4-5.6 DG APO macro tele zoom)

- ஒலிம்பஸ் 14-54 எம்.எம். எ.ஃப் 2.8 ஜுய்கோ இ.டி லென்ஸ் (Olympus 14-54mm F2.8 ZUIKO ED lens)

- டேமரான் 15-30 எம்.எம். எ.ஃப். 2.8 டி.ஐ.வி.சி யூ.எஸ்.டி (Tamron 15-30mm F2.8 DI VC USD).

வியூ.ஃ.பைண்டர் (View finder)

காட்சிகள் பதிவு செய்யப்படுவதற்கு முன்னர், காமிரா வாயிலாக நம் கண்கள் பார்க்கும் பாகம்தான் வியூ.ஃ.பைண்டர் எனப்படும். இது காமிராவின் தயாரிப்பிற்கேற்றவாறு பல்வேறு வகைகளில் வடிவமைக்கப்படுகிறது.

பெரும்பாலான காமிராக்கள் ஆப்டிகல் அல்லது எலக்ட்ரானிக் வியூ.ஃ.பைண்டர்களுடன் தயாரிக்கப்படுகிறது. சில டிஜிட்டல் காமிராக்களில் மேலே குறிப்பிட்ட ஆப்டிகல் மற்றும் எலக்ட்ரானிக் ஆகிய இரண்டு வியூ.ஃ.பைண்டர்களும் சேர்ந்தே வருகிறது.

மூன்றாவது வகை எல்.சி.டி (lcd) என்று அழைக்கப்படும் 'திரவ படிகத்திரை'.

ஷட்டர் (Shutter)

காமிராவில் 'க்ளிக்' பொத்தானை அழுத்தும்போது ஷட்டர் பணியாற்றுகிறது. காமிராவினுள் ஒளி எவ்வளவு நேரம் இருக்க வேண்டும் என்பதை 'ஷட்டர் ஸ்பீட் கணக்கு' (shutter speed setting) தீர்மானிக்கிறது.

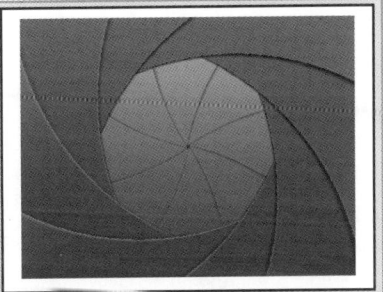

மெமரி கார்ட் (Memory card)

நாம் படமாக்கும் காட்சிகள் டிஜிட்டல் தகவல்களாக காமிராவில் உள்ள 'மெமரி கார்ட்' ல் சேமிக்கப்படுகிறது. இத்தகடுகளை மீண்டும் மீண்டும் மீண்டும் காட்சிப்பதிவிற்கு பயன்படுத்தலாம் என்பதே இவற்றின் சிறப்புப்பயன் ஆகும். ஏற்கனவே பதிவு செய்த தகவல்களை நீக்கிவிட்டு (format) மீண்டும் அதே கார்டை உபயோகப்படுத்தி காட்சிப்பதிவு செய்யலாம்.

மெமரி கார்டுகளில் பல வகைகள் சந்தையில் உள்ளன. ஒவ்வொரு காமிராவின் அளவு மற்றும் பதிவுத் திறனைப் பொறுத்து இவை உபயோகப்படுத்தப்படுகின்றன.

இப்போது மிகவும் பிரபலமாக பயன்படுத்தப்படும் "மெமரி கார்டுகளின்" வகைகள்:

காம்பாக்ட் ∴பிளாஷ் கார்ட் (compact flash card).

எஸ்.டி.கார்ட் (S. D card).

எஸ்.டி.ஹெச்.சி. கார்ட் (S.D.H.C.card).

மைக்ரோ எஸ்.டி. கார்ட் (micro S.D card).

காம்பாக்ட் ∴பிளாஷ் கார்ட்

சிறிய வடிவத்திலிருக்கும் காம்பாக்ட் ∴பிளாஷ் கார்டுகள் அதிக அளவில் தகவல்களை சேகரிக்கும் திறன் கொண்டவை. இவ்வகை கார்டுகள் பல காமிராக்களில் பயன்படுத்தப்படுகிறது.

அவை...512 எம்.பி, 2 ஜி.பி, 4 ஜி.பி, 16 ஜி.பி, 32 ஜி.பி...இப்படி 130 ஜி.பி வரை பல மாடல்களில் கிடைக்கிறது.

எஸ்.டி.கார்ட் (S. D card)

காம்பாக்ட் ∴பிளாஷ் கார்டுகள் போல அதிக பயன்பாட்டில் இருக்கும் மெமரி கார்ட் எஸ்.டி.கார்ட், இவ்வகை கார்டுகள் 2.1 எம்.எம் தடிப்பானவை(Thickness).

எஸ்.டி.ஹெச்.சி. கார்ட்

அதிக கொள்ளளவு கொண்ட தகவல்களை சேகரிக்கும் திறன் வாய்ந்த எஸ்.டி.ஹெச்.சி. வகை கார்டுகளின் சிறப்பம்சம், இவை கொஞ்சம் கூடுதல் விலை கொண்டது.

மைக்ரோ எஸ். டி. கார்ட்

பெயருக்கு ஏற்றவாறு இத்தகவல் தகடுகள் மிகச் சிறிய கொள்ளளவு கொண்டது. அதனால் சிறிய காமிராக்கள், செல்ஃபோன்கள் ஆகியவற்றில் உபயோகப்படுத்தப்படுகிறது

பயனர் கட்டுப்படுத்தும் டிஜிட்டல் காமிரா இயக்கங்கள் (User controlled operations of Digital Camera)

பவர் பொத்தான் (Power Button)

இது காமிரா இயக்கத்தை தொடங்கவும், நிறுத்தவும் (On/Off) செய்கிறது.

காமிரா டயல் (Camera dial)

காமிராவின் செயல்பாட்டை இயக்கவும் மாற்றவும் காமிரா டயல் பொத்தான் பயன்படுத்தப்படுகிறது. சில காமிராக்களில் திரவ படிக திரையில் (LCD Screen) காணப்படும் 'மெனு' (Menu) மூலம் பல இயக்கங்களைத் தேர்வு செய்யலாம்.

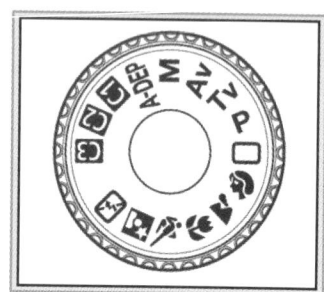

ஃப்ளாஷ் வெளிச்சம்

ஃப்ளாஷ் அலகு (flash unit) காமிராவின் மேற்புறத்தில், அதாவது லென்ஸுக்கு மேலே இருக்கும். ஃப்ளாஷ் காமிரா வாயிலாக கூடுதல் வெளிச்சம் பாய்ச்ச உதவுகிறது. இதன் இயக்கம் காமிரா மெனு வழியாக கட்டுப்படுத்தப்படுகிறது.

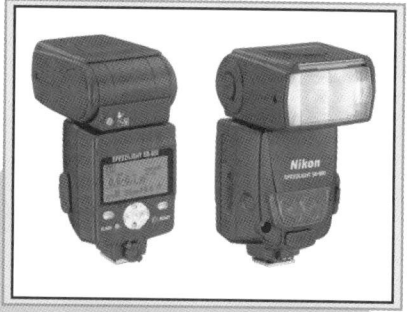

பாட்டரி அறை

காமிராவை இயக்க 'பாட்டரி' யை அதன் அறையில் செலுத்த வேண்டும்

பொதுவாக பாட்டரி அறை காமிராவின் கீழ் இருக்கும்.

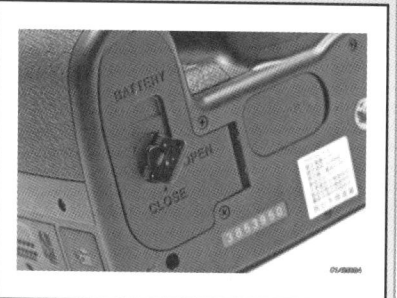

மெமரி கார்ட் அறை

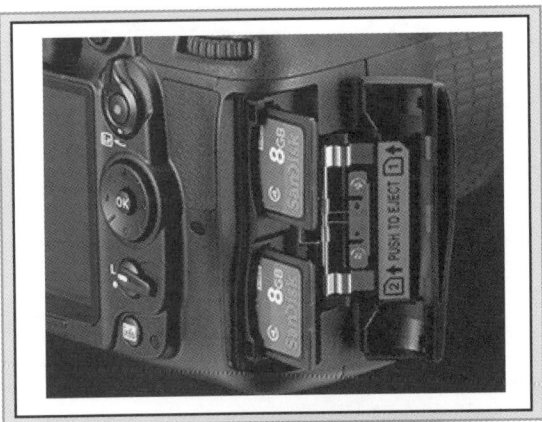

காட்சிகளைப் பதிவு செய்யப் பயன்படும் 'மெமரி கார்ட்' டுக்கான அறை காமிராவின் பக்கவாட்டில் அமைக்கப்பட்டிருக்கும். அல்லது, பாட்டரி அறையின் அருகிலும் இருககும்.

******

காமிரா வகைகள் மற்றும் செயல்பாடுகள்

CAMERA TYPES and FUNCTIONS

2

பகுதி - 2

காமிரா வகைகள் மற்றும் செயல்பாடுகள்
(Cameras types And functions)

காம்பாக்ட் காமிரா (Compact Camera)

பொதுவாக காம்பாக்ட் டிஜிட்டல் காமிராக்கள் பயன்படுத்துவதற்கு எளிதாக இருக்குமாறு தயாரிக்கப்படுகின்றன.

காம்பாக்ட் காமிராக்களின் சிறப்பம்சம் ‘தானியங்கி’ (Auto mode) முறையில் இயங்குவதால் காட்சிக்கான ஒளியின் அளவையும் காட்சியின் தூரத்தையும் மதிப்பீடு செய்து துல்லியமாக பதிவு செய்கிறது.

- சிறிய ஃப்ளாஷ் லைட் வசதி.
- எல்.சி.டி. மூலம் பார்க்கும் வசதி (LCD Live display).
- குறைந்த எடை கொண்டது.

சில முக்கிய காம்பாக்ட் காமிராக்கள்

கேனான்

பவர் ஷாட் ஜி 7 எக்ஸ் (Power shot G7X)

- 20.2 மெகா பிக்சல்
- 24 - 100 எம் எம் லென்ஸ்
- 42,000/-

பவர் ஷாட் எஸ்.எக்ஸ்.400 ஐ.எஸ் (Power shot SX 400 IS)

- 16 மெகா பிக்சல்
- 24 - 720 எம் எம் லென்ஸ்
- 10,000/-

பவர் ஷாட் எஸ்.எக்ஸ்.50 ஹெச். எஸ் (Power shot SX 50 HS)

- 12. மெகா பிக்சல்
- 24 - 1200 எம் எம் லென்ஸ்
- 25,000/-

பவர்ஷாட் ஐஎக்ஸ்யூஎஸ். 145 (Power shot IXUS 145)

- 16 மெகா பிக்சல்
- 28 - 224 எம் எம் லென்ஸ்
- 6,000/-

பவர்ஷாட் ஐஎக்ஸ்யூஎஸ் 160 ஐஎஸ் (Power shot IXUS 160 IS)

- 20 மெகா பிக்சல்
- 28 - 224 எம் எம் லென்ஸ்
- 7000/-

நிக்கான்

கூல் பிக்ஸ் எஸ் 6500 (Cool Pix S 6500)

- 16 மெகா பிக்சல்
- 25-300 எம் எம் லென்ஸ்
- 16000/-

கூல் பிக்ஸ் எஸ்.7000 (Cool Pix S 7000)

- 16 மெகா பிக்சல்
- 25 - 500 எம்.எம் லென்ஸ் (20x)
- 11,000/-

கூல் பிக்ஸ் எஸ். 9700 (Cool Pix s 9700)

- 16 மெகா பிக்சல்
- 25 -700 எம்.எம் லென்ஸ்
- 17000/-

கூல் பிக்ஸ் பி 610 (Cool Pix p 610)

- 16 மெகா பிக்சல்
- 24 - 1440 எம் எம் லென்ஸ்
- 24,000/-

கூல் பிக்ஸ் பி 340 (Cool Pix 340)

- 12.2 மெகா பிக்சல்
- 24 - 240 எம் எம் லென்ஸ்
- 18,000/-

மேலும்,

- சோனி சைபர் ஷாட் ஆர். எக்ஸ். 100
- சோனி சைபர் ஷாட் ஆர்.எக்ஸ்.1
- சோனி சைபர் ஷாட் டி எஸ் சி டபிள்யு 830
- சோனி சைபர் ஷாட் டி எஸ் சி டபிள்யு 80
- பானாசானிக் லுமிக்ஸ் டி.எம்.சி. - எல்.எக்ஸ் 7

- பானாசானிக் லுமிக்ஸ் டி.எம்.சி. - டி. செட் 40
- ஒலம்பஸ் ஸ்டைலஸ் 1
- சாம்சங் காலக்ஸி 2
- சாம்சங் ஸ்மார்ட் டபிள்யுபி150 எப்
- ∴ப்யூஜி ∴பிலிம் எக்ஸ்.30

போன்றவை மிகவும் பிரபலமான காம்பாக்ட் காமிராக்கள்.

பிரிட்ஜ் காமிரா (Bridge Camera)

இவ்வகைக் காமிராக்கள் காம்பாக்ட் மற்றும் டி.எஸ்.எல்.ஆர் (DSLR) வகை காமிராக்களின் இடைப்பட்ட நிலையில் தயாரிக்கப்படுகின்றன.

பிரிட்ஜ் காமிராக்களில் தானியங்கி முறையிலும் (Auto mode) அதே போல காமிராவின் இயக்கங்கள் நாமே தீர்மானிக்கும் முறையிலும் (manual mode) மெனுக்கள் அமைக்கப் பெற்றிருக்கும்.

குறிப்பாக, லென்ஸில் அகலப்பார்வையிலிருந்து அதிக குவிய தூரம் வரை பயன்பெறும் வசதியிருக்கும் (wide to tele zoom).
அதே போல தரமான விடியோ காட்சிகள் பதிவு செய்யும் வசதியும் இடம் பெற்றிருக்கும்.

சில குறிப்பிடத்தக்க காமிரா மாடல்கள்:

1. கேனான் பவர் ஷாட் 60 ஹெச்.எஸ் (Power shot 60 HS)

2. ஃப்யூஜி ஃபிலிம் ஹெச்.எஸ் 50 இ.எக்ஸ்.ஆர் (Fuji film HS 50 EXR)

3. பானாசானிக் லுமிக்ஸ் எஃப். இசட்.200 (Panasonic Lumix FZ 200)

4. சோனி ஆர்.எக்ஸ்.10 (Sony RX 10)

டி.எஸ்.எல்.ஆர் (DSLR)

ஒளி லென்ஸினுள் நுழைந்து, சென்சார் முன்னால் இருக்கும் கண்ணாடியின் மீது பட்டு, பின்னர் அது மேல் நோக்கி பயணித்து நிறப்பிரிகை மூலம் காமிராவின் வியூ.ஃ.பைண்டரில் நமது கண்களை வந்து அடைகிறது.

இந்தத் தொழில்நுட்பம் டிஜிட்டல் சிங்கிள் லென்ஸ் ரி.ஃ.ப்லெக்ஸ் (DSLR) என்று அழைக்கப்படுகிறது.

காமிரா பொத்தானை அழுத்தியவுடன் நம் கண்களுக்கு காட்சிகளை பிரதிபலித்த கண்ணாடி ஒளி புகும் பாதையிலிருந்து மேல் நோக்கி செல்லும் அதே நேரத்தில் காமிரா ஷட்டர் திறந்து கொள்கிறது. அப்போது ஒளி சென்சாரை அடைகிறது.

அதனால், இக்காமிராக்களைக் கொண்டு படமாக்கும்போது அந்த நொடிப்பொழுதில் காட்சிகள் வியூ.ஃ.பைண்டரில் மறைந்து (blink) காணப்படும்.

இவ்வகைக் காமிராக்கள் மிகவும் உயரிய தன்மையுடைய காட்சிப்பதிவிற்கு ஏற்றாற்போல் தயாரிக்கப்படுகிறது.

- டி.எஸ்.எல்.ஆர். காமிராக்களில் பல அளவுகோல் குவியதூரம் கொண்ட லென்ஸ்களை மாற்றலாம்.
- பெரும்பாலான டி.எஸ்.எல்.ஆர். காமிராக்கள் பெரிய அளவு சென்சார் (Large censor) கொண்டுள்ளது.
- டி.எஸ்.எல்.ஆர் காமிராக்கள் சுமார் இருபதாயிரம் ரூபாய் முதல் மூன்று லட்ச ரூபாய்க்கு மேற்பட்டும் பல மாடல்களில் தயாரிக்கப்படுகின்றன.
- ஆரம்ப நிலை டி.எஸ்.எல்.ஆர் காமிராக்கள் (Entry level) விலை சுமார் 25,000/-.

கேனான் ஈ.ஓ.எஸ் (EOS) 1100 டி (1100 D)

- 12.2 மெகா பிக்சல்
- சி மோஸ் சென்சார்
- ஹெச்.டி வீடியோ பதிவு
- (18 - 55 லென்ஸ் சேர்த்து)

நிக்கான் டி 3100 (D 3100)

- 14.2 மெகா பிக்சல்
- சி மோஸ் சென்சார்
- (18 - 55 லென்ஸ் சேர்த்து)

டி.எஸ்.எல்.ஆர் காமிராக்கள் விலை - சுமார் 40,000/- வரை.

கேனான் ஈ.ஓ.எஸ்.650 டி (Canon EOS 650 D)

- 18 மெகா பிக்சல்
- சி மோஸ் சென்சார்
- 1920 x 1080 விடியோ பதிவு

நிக்கான் டி 5200 (D 5200)

- 24.1 மெகா பிக்சல்
- சி மோஸ் சென்சார்
- 1920 x 1080 விடியோ பதிவு

பென்டாக்ஸ் கே 500 (Pentax K 500)

- 16 மெகா பிக்சல்
- சி மோஸ் சென்சார்
- 1920 x 1080 விடியோ பதிவு

டி.எஸ்.எல்.ஆர். காமிராக்கள் விலை - சுமார் ஒரு லட்சம் வரை.

கேனான் ஈ.ஓ.எஸ். 7டி (Canon EOS 7 D)

(18 மெகா பிக்சல்)

நிக்கான் டி 700 (Nikon D 700)

(24.1 மெகா பிக்சல்)

டி.எஸ்.எல்.ஆர். காமிராக்கள் விலை - சுமார் இரண்டு லட்சம் வரை

கேனான் ஈ.ஓ.எஸ். 5டி மார்க் III (Canon EOS 5D Mark III)

(22.3 மெகா பிக்சல்)

நிக்கான் டி 800 இ (Nikon D 800 E)

(37 மெகா பிக்சல்)

பானாசானிக் ஜி.ஹெச்.4 (Panasonic GH4)

மேலும் கேனான் 1200 டி, 600டி, 100 டி, 700 டி மற்றும் நிக்கான் டி 3300, டி 5300 போன்ற ஆரம்ப நிலை காமிராக்கள்,

கேனான் 60 டி, 70 டி, 7டி மார்க் II மற்றும் நிக்கான் டி 600, 7000, டி 300 எஸ் போன்ற மத்திய நிலை காமிராக்கள்,

கேனான் 5 டி மார்க் II, 1டி எக்ஸ் மற்றும் நிக்கான் டி4 எஸ், டி 300 எஸ் போன்ற உயர் நிலை காமிராக்கள்,

ஆகியவை பிரபலமாக பயன்படுத்தப்படும் காமிராக்கள் ஆகும்.

டி.எஸ்.எல்.ஆர். காமிராவை இயக்குவது எப்படி?

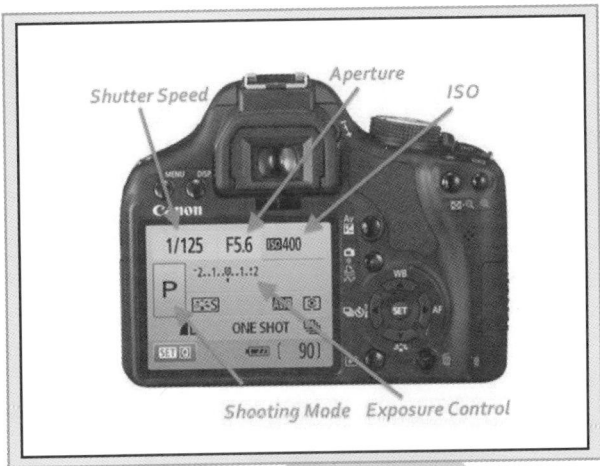

டி.எஸ்.எல்.ஆர். காமிராக்களில் 'தானியங்கி' (Auto mode) முறை இருந்தாலும் இக்காமிராக்களின் சிறப்பம்சமே தன் விருப்ப இயக்க முறை (Manual mode) தான்.

- காமிராவை இயக்க முதலில் பாட்டரியை அதன் அறையில் செலுத்தி மூடவும்.

- பிறகு லென்ஸை காமிராவின் முன் பக்கம் அதன் மவுண்ட்டில் செலுத்தி 'லாக்' (lock) செய்யவும் (நீங்கள் படமாக்கப்போகும் தன்மைக்கு ஏற்றவாறு).

- காமிராவின் மேல் தளத்தில் உள்ள 'டயல்' லைத் திருப்பும் போது பல இயக்கங்களைத் தேர்வு செய்யலாம்.

பொதுவாக காணப்படும் படமாக்கும் முறைகள் (shooting mode):

- அப்ரேச்சர் விருப்ப முறை (Aperture priority)

- ஷட்டர் விருப்ப முறை (Shutter priority)

- ப்ரோக்கிராம் முறை (Program)
- தன்விருப்ப முறை (Manual)
- கஸ்டம் முறை (Custom)
- போட்ரெய்ட் (Portrait)
- லேண்ட்ஸ்கேப் (Landscape)
- க்ளோஸ் அப் (Macro)
- ஸ்போர்ட்ஸ் (Sports)
- பனோரமிக் (Panaromic mode)

அப்ரேச்சர் விருப்ப முறை

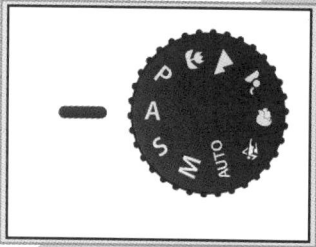 

Aperature Priority Image - cjr

காமிராவின் 'மோட் டயல்' ஏ (A) அல்லது ஏவி (AV) என்று இருந்தால் அது 'அப்ரேச்சர் விருப்ப முறை' தான்.

அப்ரேச்சர் மூலம் நாம் ஒளியின் அளவைக் கட்டுப்படுத்தலாம். அதற்கேற்ப காமிராவே 'ஷட்டர் ஸ்பீட்' (shutter speed) இயக்கத்தை தீர்மானித்துக் கொள்ளும்.

இந்த முறையைப் பயன்படுத்துவதால் காட்சியின் டெப்த் தைக் (Depth of field) கட்டுப்படுத்த முடியும்.

ஷட்டர் விருப்ப முறை

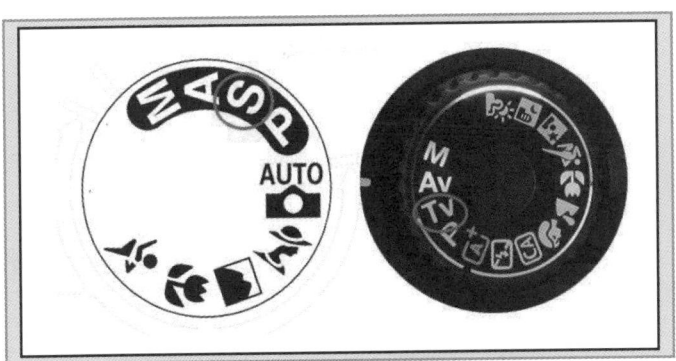

காமிராவில் எஸ். (S) அல்லது டிவி (TV) என்று குறிக்கப்பட்டிருந்தால், அது ஷட்டர் விருப்பமுறை இயக்கத்திற்கானது.

ஷட்டர் விருப்ப முறை மூலம் காமிராவில் ஒளி புகும் நேரத்தைக் கட்டுப்படுத்தலாம். காமிரா ஒளியின் (அப்ரேச்சர்) அளவை ஷட்டர் வேகத்திற்கு (shutter speed) ஏற்ப தீர்மானித்துக் கொள்கிறது.

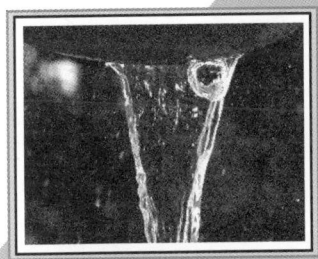
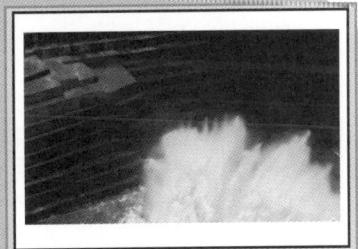

Shutter Priority Click - cjr

விரைவான ஷட்டர் இயக்கத்தின் மூலம் வேகமாக நகரும் பொருளை துல்லியமாக படமாக்க உதவும்.

விளையாட்டு நிகழ்ச்சிகள், பறவைகள் மற்றும் விலங்குகளைப் படமாக்க "ஷட்டர் இயக்க முறை" பெரிதும் பயன்படும்.

ப்ரோக்கிராம்

Program Mode

Program Mode Image -cjr

இது ஏறத்தாழ 'தானியங்கி முறை' போன்றதுதான். காமிராவே அப்ரேச்சர் மற்றும் ஷட்டர் வேகத்தை காட்சிக்கு ஏற்றவாறு தீர்மானித்துக் கொள்ளும்.

அல்லது அப்ரேச்சருக்கு ஏற்றவாறு ஷட்டர் இயக்கத்தையும் அதே போல ஷட்டர் வேகத்திற்கு ஏற்றவாறு அப்ரேச்சர் திறப்பை தானாக கிரகித்துக் கொள்ளும் முறைதான் ப்ரோக்கிராம்.

தன் விருப்ப முறை

'மேனுவல்' இயக்க முறையில் 'அப்ரேச்சர்' மற்றும் 'ஷட்டர் வேகத்தை' நாமே தீர்மானிக்க வேண்டும். அதனால் காட்சியின் 'ஒளியளவு' (Exposure) முழுமையாக ஒளிப்படக் கலைஞரின் கட்டுப்பாட்டில் இருப்பதால் கலாபூர்வமாக செயல்பட உதவுகிறது.

Manual Mode

நாம் தேர்வு செய்யும் 'எக்ஸ்போசர்' சரியாக உள்ளதா என்று அறியும் வசதியும் சில காமிராக்களில் இணைக்கப்பட்டிருக்கும்.

காமிரா டயலில் 'எம்' (M) என்ற குறிப்பு மேனுவல் இயக்க முறையைக் குறிப்பதாகும்.

ஷட்டர் விருப்ப முறை

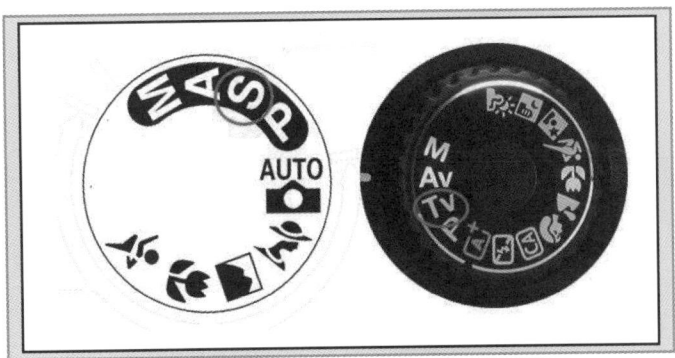

காமிராவில் எஸ். (S) அல்லது டிவி (TV) என்று குறிக்கப்பட்டிருந்தால், அது ஷட்டர் விருப்பமுறை இயக்கத்திற்கானது.

ஷட்டர் விருப்ப முறை மூலம் காமிராவில் ஒளி புகும் நேரத்தைக் கட்டுப்படுத்தலாம். காமிரா ஒளியின் (அப்ரேச்சர்) அளவை ஷட்டர் வேகத்திற்கு (shutter speed) ஏற்ப தீர்மானித்துக் கொள்கிறது.

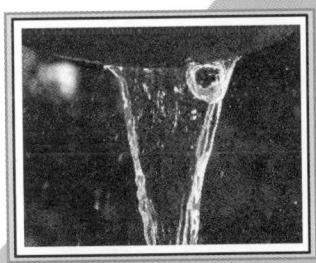 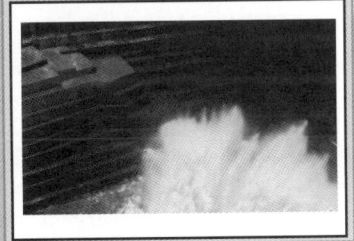

Shutter Priority Click - cjr

விரைவான ஷட்டர் இயக்கத்தின் மூலம் வேகமாக நகரும் பொருளை துல்லியமாக படமாக்க உதவும்.

விளையாட்டு நிகழ்ச்சிகள், பறவைகள் மற்றும் விலங்குகளைப் படமாக்க "ஷட்டர் இயக்க முறை" பெரிதும் பயன்படும்.

ப்ரோக்கிராம்

Program Mode

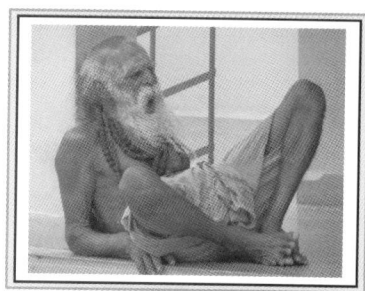

Program Mode Image -cjr

இது ஏறத்தாழ 'தானியங்கி முறை' போன்றதுதான். காமிராவே அப்ரேச்சர் மற்றும் ஷட்டர் வேகத்தை காட்சிக்கு ஏற்றவாறு தீர்மானித்துக் கொள்ளும்.

அல்லது அப்ரேச்சருக்கு ஏற்றவாறு ஷட்டர் இயக்கத்தையும் அதே போல ஷட்டர் வேகத்திற்கு ஏற்றவாறு அப்ரேச்சர் திறப்பை தானாக கிரகித்துக் கொள்ளும் முறைதான் ப்ரோக்கிராம்.

தன் விருப்ப முறை

'மேனுவல்' இயக்க முறையில் 'அப்ரேச்சர்' மற்றும் 'ஷட்டர் வேகத்தை' நாமே தீர்மானிக்க வேண்டும். அதனால் காட்சியின் 'ஒளியளவு' (Exposure) முழுமையாக ஒளிப்படக் கலைஞரின் கட்டுப்பாட்டில் இருப்பதால் கலாபூர்வமாக செயல்பட உதவுகிறது.

Manual Mode

நாம் தேர்வு செய்யும் 'எக்ஸ்போசர்' சரியாக உள்ளதா என்று அறியும் வசதியும் சில காமிராக்களில் இணைக்கப்பட்டிருக்கும்.

காமிரா டயலில் 'எம்' (M) என்ற குறிப்பு மேனுவல் இயக்க முறையைக் குறிப்பதாகும்.

கஸ்டம் மோட்

சி1, சி2 (C1, C2) என்று குறிக்கப்பட்டிருக்கும் 'கஸ்டம் மோட்' மூலம் நாம் அடிக்கடி பயன்படுத்தும் காமிரா இயக்கத்தின் விருப்பத் தேர்வை சேமித்துக்கொள்ளலாம்.

Custom Mode C1,C2

போர்ட்ரெய்ட்

Portrait Mode - Symbol

Portrait

'மனித உருவப்படம்' குறிக்கப்பட்டிருக்கும் மோட் "போர்ட்ரெய்ட்" ஆகும்.

இத்தொழில்நுட்பத்தின் சிறப்பு, ஒத்த உருவப்படங்களைப் படமாக்கும்போது காமிராவின் இயக்கம் அப்ரேச்சர் திறப்பை அதிகமாக்கி தேவையற்ற பின்னணியை (background) மங்கலாக்கி (out of focus) அதிகமான கவன ஈர்ப்பை படமாக்கும் உருவத்திற்குக் கொடுக்கும்.

லேண்ட்ஸ்கேப்

Landscape Mode

Landscape Mode Image - cjr

'மலை'சின்னத்தைக் குறியீடாகக் கொண்டுள்ள இந்த அமைப்பு பரந்து விரிந்து கிடக்கும் நிலப்பரப்பு காட்சிகளைத் துல்லியமாக பதிவு செய்ய உதவும்.

'லேண்ட்ஸ்கேப் மோட்' இயக்கத்தில் காமிராவானது அதன் ஃபோகஸ் சட்டகத்தில் (frame) முடிவிலா தூரத்திற்கு அமைத்துக் கொள்ளும்.

அதனால், நீண்ட தொடர் கொண்ட இயற்கைக் காட்சிகள், கட்டடங்கள் ஆகியவற்றை பதிவு செய்ய 'லேண்ட்ஸ்கேப் மோட்' மிகச் சிறந்த வழியாகும்.

மேக்ரோ

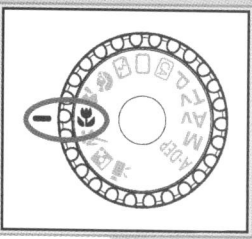

Macro Mode

Macro Mode Image- cjr

மிகச்சிறிய அளவிலான காட்சிகளை/பொருட்களை படமாக்கும்போது ‘மேக்ரோ மோட்’ மிகவும் பயனளிக்கும்.

உதாரணம்: பூக்கள், பூச்சிகள் மற்றும் நம் கைகளைவிட சிறிய பொருட்கள்.

இந்த முறையை உபயோகிக்கும் போது காட்சியின் ‘டெப்த்’ மிகவும் குறைவாக இருக்கும். அதனால், படமாக்கும் பொருள் எந்த இடர்பாடுமின்றி முழுமையாக பதிவாகியிருக்கும்.

மேக்ரோ மோட் டை அறிய காமிராவின் டயலில் ‘பூ’ சின்னம் பொறிக்கப்பட்டிருக்கும்.

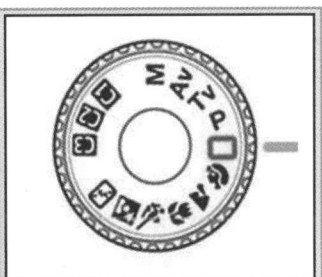

Dial

ஸ்போர்ட்ஸ்

விளையாட்டுக் காட்சிகளை படமாக்கும்போது அதிவிரைவான ஷட்டர் இயக்கமும் அதேபோல உடனுக்குடன் பல ஃப்ரேம்களை பதிவு செய்வதும் அவசியமாகிறது. அதற்கு ‘ஸ்போர்ட்ஸ் மோட்’ பெரிதும் உதவுகிறது.

Sports

பனோரமிக்

இன்றைய சில விலை குறைந்த டிஜிட்டல் காமிராக்களில்கூட பனோரமிக் மோட் வசதி உள்ளது.

Panorama

இங்கே பல படங்களை ஒன்றுக்கு ஒன்று வரிசையாக இணைத்து "அகன்ற பார்வை" கொண்ட படமாக பதிவாகிறது.

மலைத்தொடர், அகன்ற வெளி நிலப்பரப்பு ஆகிய இடங்களில் பதிவு செய்யும் போது அவற்றை ஒரு பிரம்மாண்டமான காட்சியாக மாற்ற "பனோரமிக் மோட்" உதவுகிறது.

ஐ.எஸ்.ஓ (ISO)

ஒளியானது சென்சாரில் படும்போது ஒவ்வொரு காமிராவிற்கென்று உணர்திறன் நிலை (sensitivity) உள்ளது. அது ஐ.எஸ்.ஓ. எண்களால் அளவிடப்படுகிறது. அதிக ஐ.எஸ்.ஓ. (ISO) எண்களால் காமிராவில் ஒளி உணர்திறன் அதிகரிக்கிறது. குறைந்த ஐ.எஸ்.ஓ.(ISO) எண்களால் காமிராவில் ஒளி உணர்திறன் குறைகிறது.

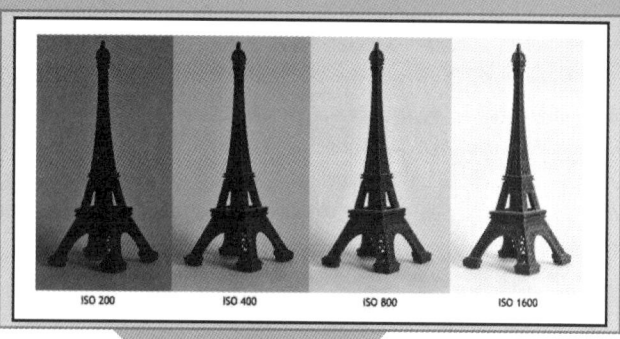

அதிக "ஒளி"யிருந்தால் பொதுவாக குறைந்த ஐ.எஸ்.ஓ. எண்ணை பயன்படுத்துவார்கள். குறைந்த "ஒளி"யிருந்தால் காட்சியை சரியாக பதிவு செய்ய ஒளி உணர்திறனை அதிகரிக்க வேண்டி ஐ.எஸ்.ஓ. வை அதிகரிப்பார்கள்.

காமிராவில் "சென்சாரின்" திறனைக்கொண்டே ஐ.எஸ்.ஓ. செயல்பாடுகள் இருக்கும்.

பொதுவாக ஐ.எஸ்.ஓ. 100, 200, 400, 500, 640, 800, 1000, 1600, 2000 இப்படி இன்றைய நவீன டிஜிட்டல் காமிராக்களில் 100000 வரை உள்ளது. அதேபோல அதிக ஐ.எஸ்.ஓ. எண்களைப் பயன்படுத்தும்போது காட்சிகளில் இருண்ட பகுதிகளில் புள்ளிகள் தோன்றும் (digital noise).

"ஒளி அளவை" கட்டுப்படுத்த நாம் மூன்று யுக்திகளைக் கையாள வேண்டும் :

- எந்த ஐ.எஸ்.ஓ. எண்ணை காமிராவில் பயன்படுத்த வேண்டும் என்று தீர்மானிக்க வேண்டும்.
- பிறகு அதற்கேற்றவாறு "லென்ஸ்" ல் உள்ள "அப்ரேச்சர்" மற்றும்
- ஷட்டர் ஸ்பீட் மூலமாகவும் செயல்படுத்த வேண்டும்.

நல்ல வெளிச்சம் உள்ள சூழ்நிலையில் பொதுவாக குறைந்த எண் கொண்ட ஐ.எஸ்.ஓ. பயன்படுத்துவது சிறப்பு.

உதாரணம்: பகலின் வெளிப்புற வெளிச்சத்திற்கு ஐ.எஸ்.ஓ. 100 பயன்படுத்தும்போது நல்ல நிறத்தன்மையும், ஒளி அடர்த்தியும் (contrast) கிடைக்கும்.

அதிக எண் கொண்ட ஐ.எஸ்.ஓ. குறைந்த ஒளியுள்ள போது பயன்படுத்த வேண்டும்.

உதாரணம்: மாலை / இரவு வேளைகளில், மெழுகுவர்த்தி வெளிச்சம், குறைந்த ஒளி கொண்ட உட்புறங்கள் (கோயில்கள், பொது அரங்கங்கள்) மேலே குறிப்பிடப்பட்டுள்ள எல்லா இடங்களிலும் ஃப்ளாஷ் வெளிச்சம் இல்லாமல் படமாக்கும்போதும் உயர் ஐ.எஸ்.ஓ. பயன்படுத்த வேண்டும்.

உயர் ஐ.எஸ்.ஓ. பயன்படுத்தும்போது சில சமயம் ஒளி அடர்த்தி குறைந்து டிஜிட்டல் புள்ளிகள் இருண்ட பகுதியில் தோன்றலாம்.

அதனால், காமிராவின் தயாரிப்புக்கு ஏற்றவாறு உயர் ஐ.எஸ்.ஓ. பயன்படுத்த வேண்டும்.

பொதுவாக 1000 ஐ.எஸ்.ஓ. வரை இன்றைய டிஜிட்டல் காமிராக்களில் தரமான காட்சி பதிவாகிறது.

ஒரு சில உயர்ரக காமிராக்களில் 2000 திற்கும் மேற்பட்ட ஐ.எஸ்.ஓ. அமைப்பிலும் துல்லியமான நிறத்தன்மையுடனும் காட்சிகள் பதிவாகிறது.

∴போகஸ் (Focus)

ஒளிப்படக்கலையின் முக்கியமான அம்சம் நாம் தேர்ந்தெடுக்கும் காட்சியை துல்லியமாக்க, லென்ஸில் உள்ள '∴போகஸ்' அமைப்பை சரியாக பயன்படுத்துவது.

இன்றைய டிஜிட்டல் காமிராக்களில் 'தானியங்கி' முறையில் ∴போகஸ் அமைப்பு மிகச்சிறப்பாக வடிவமைக்கப்படுகிறது.

எனினும், தன்விருப்ப (manual) முறையில் ∴போகஸ் செய்வதையே பெரும்பாலான ஒளிப்படக்கலைஞர்கள் விரும்புகிறார்கள். டி.எஸ்.எல்.ஆர். காமிராக்களில் ∴போகஸ் செய்ய சில முக்கிய வழிமுறைகள் உள்ளன. அவற்றை திரவ படிக திரை (LCD) மூலமாக தேர்வு செய்யலாம்.

தொடர் ∴போகஸ் முறை (AF-C Continuous focus mode)

ஏ.எ∴ப்.சி. (AF-C) என்று குறிக்கப்பட்டிருக்கும் அமைப்பை தேர்வு செய்வதன் மூலம் காமிரா 'தானியங்கி' முறையில் நாம் 'க்ளிக்' பொத்தானை அழுத்த ஆரம்பித்தவுடனேயே நாம் படமாக்கும் பொருள் அசைந்தாலோ அல்லது நகர்ந்தாலோ விடாமல் அதை துல்லியமாக காமிரா ∴போகஸ் செய்யும் வல்லமை வாய்ந்தது.

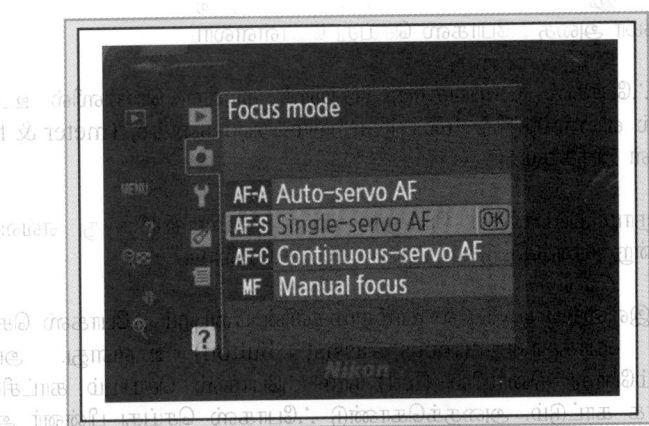

Focus Modes

இந்த ∴போகஸ் மோட் காமிராவின் பாட்டரி சக்தியை (battery power) அதிகமாக பயன்படுத்தும்.

∴போகஸ், ஒன்றை நோக்கி (AF-S One shot focus mode)

ஏ.எ.∴ப்-எஸ். என்ற முறையில் '∴போகஸ் மோட்' இயங்கும் போது காமிராவின் பாட்டரி சக்தி குறைந்த அளவிலேயே தேவைப்படும். "க்ளிக்" பொத்தானை அழுத்த ஆரம்பித்தவுடனேயே காமிரா அதன் சட்டகத்தில் இருக்கும் படமாக்கப்போகும் பொருளை ∴போகஸ் செய்து கொள்கிறது. அது சற்று நகர்ந்தால் பின் தொடருவதில்லை.

அசையாமல் இருக்கும் காட்சிகளை பதிவு செய்ய இந்த முறையை தேர்வு செய்யலாம்.

உதாரணம்: பூக்கள், சிற்பங்கள்.

தன் விருப்ப ∴போகஸ் முறை (Manual Focus mode)

மேனுவல் ∴போகஸ் என்பது லென்ஸில் '∴போகஸ்' செய்ய வளையம் உள்ளது. அதை வியூ.∴பைண்டர் அல்லது திரவ படிக திரையில் (LCD) நாம் படமாக்கும் காட்சி துல்லியமாக தெரியும் வரை திருப்ப வேண்டும்.

மேனுவல் மோட் நம் விருப்பத்திற்கு ஏற்றவாறு எந்த பகுதி வேண்டுமோ அதை ∴போகஸ் செய்து கொள்ளலாம்.

∴போகஸ் செய்வதற்கு ஏதுவாக காமிரா லென்ஸில் உள்ள ∴போகஸ் வளையத்தில் 'மீட்டர்' மற்றும் அடிக்கணக்கு (meter & feet) குறிப்புகள் இருக்கும்.

நாம் படமாக்கப் போகும் காட்சி காமிராவிலிருந்து எவ்வளவு தூரம் என்று கணக்கிட்டுகூட ∴போகஸ் செய்யலாம்.

இன்றைய டிஜிட்டல் காமிராக்களின் பின்புறம் ∴போகஸ் செய்ய உதவும் பொத்தான் (focus assist button) உள்ளது. அதை அழுத்தும்போது திரையில் (lcd) நாம் ∴போகஸ் செய்யும் காட்சியை பெரியதாக காட்டும். அதைக்கொண்டு ∴போகஸ் செய்து பின்னர் அதே "∴போகஸ் உதவி" பொத்தானை திரும்ப அழுத்தினால் பழைய நிலைக்கே திரையில் காட்சி திரும்பிவிடும்.

ஒயிட் பாலன்ஸ்

ஒளியின் வெப்பநிலைக்கு ஏற்றவாறு ஒளிப்படப்பதிவில் நிறங்களின் தன்மையும் மாறுபடுகிறது. மனிதக் கண்கள் இந்த மாறுதல்களை உணர முடியாததற்கு காரணம், நம்முடைய மூளையின் செயல்திறனால் வெப்பநிலை மாறுதல்களில் ஏற்படும் நிறமாற்றம் சரி செய்யப்பட்டிருக்கும்.

WB SETTINGS	COLOR TEMPERATURE	LIGHT SOURCES
	10000 - 15000 K	Clear Blue Sky
	6500 - 8000 K	Cloudy Sky / Shade
	6000 - 7000 K	Noon Sunlight
	5500 - 6500 K	Average Daylight
	5000 - 5500 K	Electronic Flash
	4000 - 5000 K	Fluorescent Light
	3000 - 4000 K	Early AM / Late PM
	2500 - 3000 K	Domestic Lightning
	1000 - 2000 K	Candle Flame

ஒளியின் வெப்பநிலை கெல்வின் டிகிரி (Kelvin degree) யால் அறியப்படுகிறது. எளிமையாக புரிந்துகொள்ள,

மெழுகுவர்த்தி வெளிச்சம் - 1000° K to 2000° K
(Candle light)

டங்ஸ்டன் பல்ப் - 3200° K
(Tunsten bulb)

டியூப் லைட் - 4200° K
(Flourescent light)

பகல் வெளிச்சம் - 5500° K
(Day light)

மேலே குறிப்பிட்டுள்ள ஒளியின் தன்மைக்கு ஏற்றவாறு டிஜிட்டல் காமிராவில் 'ஒயிட் பாலன்ஸ்' ஸை மாற்றிக் கொள்ளலாம். அல்லது, காமிராவே "ஒயிட் பாலன்ஸ்" செய்து கொள்ளும் வசதியும் உள்ளது.

ஒயிட் பாலன்ஸ் காமிரா அமைப்புகள்

தானியங்கி முறை (AWB)

'ஏ.டபிள்யூ.பி' என்று குறிக்கப்பட்டிருந்தால், அது 'ஆட்டோ-ஒயிட் பாலன்ஸ்' ஆகும். காமிராவே ஒளியின் தன்மைக்கு ஏற்றவாறு நிறவெப்பத்தை (color temperature) அமைத்துக் கொள்ளும்.

டங்ஸ்டன் பல்ப் (Tungsten bulb)

'பல்ப்' சின்னம் 'டங்ஸ்டன்' அமைப்பைக் குறிப்பதாகும். உட்புற அரங்கில் டங்ஸ்டன் லைட்டை பயன்படுத்தும்போது இந்த செட்டிங் சரியான நிறத்தன்மையைக் கொண்டுவரும்.

குறிப்பு: 'டங்ஸ்டன்' வெளிச்சத்தை பயன்படுத்தும்போது காமிராவின் ஒயிட் பாலன்ஸ் அமைப்பு 'பகல் வெளிச்ச' அமைப்பிலிருந்தால், அந்த படம் மிக அதிக செந்நிறத்தன்மை அல்லது மஞ்சள் நிறத்தன்மையுடன் காணப்படும். அதனால், சரியான நிறத்தன்மைக்கு 'டங்ஸ்டன்' மோட் பயன்படுத்த வேண்டும்.

டியூப் லைட் மோட் (Flourescent)

ஃப்ளோரஸன்ட் வகை வெளிச்சக் கருவிகளான டியூப் லைட், சி.எ.ஃப்.எல் (CFL bulb) ஆகியவற்றைப் பயன்படுத்தும்போதோ அல்லது நாம் படமாக்கும் அறைகளில் இவ்வெளிச்சம் இருந்தாலோ 'ஃப்ளோரஸன்ட்' மோட் பயன்படுத்த வேண்டும்.

காமிராவில் டியூப் லைட் சின்னம் இந்த அமைப்பைக் குறிப்பதாகும்.

பகல் வெளிச்சம் (Day light)

'சூரியன்' சின்னம் காமிராவின் ஒயிட் பாலன்ஸ் அமைப்பிலிருந்தால், அது பகல் வெளிச்சத்திற்கு ஏற்றவாறு படமாக்க உதவுகிறது.

இந்த 'டே லைட்' மோட் பொதுவாக, வெளிப்புற சூழ்நிலையில் அதிகமாக பயன்படுத்தப்படுகிறது.

மேகமூட்டம் (Cloudy)

சீதோஷ்ண நிலை மேகமூட்டமாக இருக்கும்போதும் நிழற்பகுதியில் படமாக்கும்போதும் 'மேகமூட்டம்' சின்னமுள்ள அமைப்பை தேர்வு செய்வது சிறந்த நிறத்தன்மையடைய வாய்ப்பாகும்.

ஃப்ளாஷ்(Flash mode)

பொதுவாக, குறைந்த அளவு வெளிச்சம் இருக்கும்போது 'ஃப்ளாஷ்' மூலம் அந்த இடத்தில் வெளிச்சம் பரச் செய்து படமாக்கும் போது இந்த 'ஃப்ளாஷ் மோட்' அதற்கேற்றவாறு நிறத்தன்மையை சமப்படுத்தும் (balance).

மேனுவல் ஒயிட் பாலன்ஸ்

இந்த தன்விருப்ப முறையில் அதாவது ஒயிட் பாலன்ஸ் நிற வெப்பக்கணக்கை நேரடியாக வைத்து படமாக்கும் முறை, டிகிரி கெல்வின் (degree kelvin) முறையைப் பயன்படுத்துவது.

உதாரணம்: பகல் வெளிச்சத்தில் படமாக்கும்போது டிகிரி கெல்வின் எண்கள் மூலம் 5500° K என்று தேர்வு செய்வது.

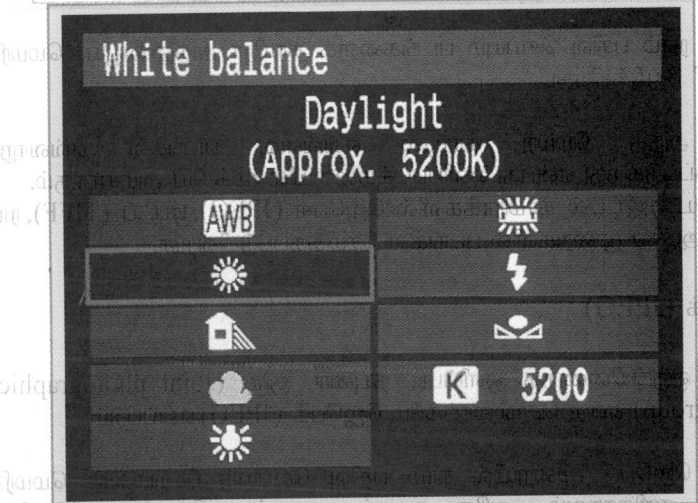

படக்கோப்புகள் (Image files)

File Type Comparison

	Use	Don't Use
GIF	small graphics with limited color	photos
PNG	graphics and small files for web	photos for widespread use
JPEG	photos on the web	editing images
TIFF	editing and storage	online images

நாம் பதிவு செய்யும் படங்களைக் காமிரா அதனுடைய 'மெமரி கார்டில்' சேமிக்கிறது.

அந்த மெமரி கார்டில் எவ்வளவு படங்கள் எவ்வாறு சேமிக்கப்படுகிறது என்பது ஒளிப்படக்கலையில் முக்கிய அம்சமாகும். இன்றைய டிஜிட்டல் காமிராக்களில் ஜெபெக் (JPEG), டிப்ஃப் (TIFF), ரா (Raw) ஆகிய முறைகளில் படங்கள் சேமிக்கப்படுகின்றன.

ஜெபெக் (JPEG)

ஒருங்கிணைந்த ஒளிப்பட நிபுணர் குழு (Joint photographic expert group) என்ற சொல்லாக்கமே ஜெபெக் (JPEG) எனப்படும்.

ஜெபெக் முறையில் நாம் பதிவு செய்யும் படங்களை மெமரி கார்டில் எளிதாகவும், அதே சமயம் குறைந்த கொள்ளளவிலேயே பதிவாகிறது. அதனால் அதிக ஒளிப்படங்களை பதிவு செய்யலாம். பதிவு செய்த தகவல்களை காமிராவிலிருந்து மிக எளிதாக கணிணி மற்றும் எந்த பிற மீடியாவிற்கும் பதிவிறக்கம் செய்யலாம்.

ஜெபெக் முறை பயனர்களுக்கு மிக எளிதாக இருந்தாலும், இம்முறையில் படத்தின் தகவல்கள் கோப்புகளில் சுருக்கப்பட்டே பதிவாகிறது. அதனால் படத்தின் தரம் கொஞ்சம் குறைகிறது. அதோடு, கணிணியில் நாம் பதிவு செய்த படங்களின் நிறம், ஒளியின் அடர்த்தி, படத்தின் அளவை மாற்றம் செய்வது, பின் நிற திருத்தம் (post color correction) போன்ற நம் விருப்பங்களை சிறப்பாக செய்ய இயலாது.

ஜெபெக் முறையில் படத்தகவல்களை (data) கோப்புகளில் சுருக்கம் செய்வதில் (compression) அந்தந்த காமிராவின் தயாரிப்புக்கு ஏற்றவாறு அளவுகோல்கள் மாறுபடுகின்றன.

டிப்.ஃ.ப் (TIFF)

முன்னமே குறிக்கப்பட்ட படகோப்பு (Tagged image file format) என்று அறியப்படும் டிப்.ஃ.ப், பல ஒளிப்படக் கலைஞர்கள் உபயோகிக்கும் ‘தகவல் கோப்பு’ முறை. இதற்கான முக்கிய காரணம், நாம் படமாக்கும் காட்சியின் தகவல்களை அதிக சுருக்கமில்லாமல் ‘கோப்புகளில்’ சேமிக்கிறது. பதிவு செய்த படத்தை ‘பின் நிறத்தேர்வில்’ மெருகேற்றும் வகையில் வடிவமைக்கப்பட்டுள்ளது.

டிப்.ஃ.ப் ல் இரண்டு வகைகளில் காட்சிகளை சேமிக்கும் வகையில் கணக்கீடுகள் உள்ளன.

8 பிட் (8 bit)

16 பிட் (16 bit)

16 பிட் கணக்கீட்டில் அதிக தகவல்கள் உள்ளதால் பதிவு செய்த காட்சியை பின் நிறப்பணியில் மெருகேற்றலாம். அதன் பிறகு, படத்தின் தரம் குறையாமல் பெரிதாக்கவும் செய்யலாம்.

ரா (Raw)

டி.எஸ்.எல்.ஆர். காமிராக்களின் சிறப்பம்சமே அக்காமிராக்களில் இடம்பெறும் தகவல் கோப்பு முறையான ‘ரா’ ஆகும்.

‘ரா’ வை, ஏறத்தாழ ‘டிஜிட்டல் நெகடிவ்’ என்றே கூறலாம். ஃபிலிமில் எப்படி நெகடிவ் இமேஜை பாசிடிவ் இமேஜாக மாற்றுகிறோமோ, அதன் அடிப்படையில் ‘ரா’, வால் பதிவு செய்யப்படும் காட்சிகள் நிறமற்ற தன்மையுடன் காணப்படும். அதை நிறத்தேர்வு (color correction) சாஃப்ட்வேர் மூலம் மேம்படுத்த வேண்டும்.

“ரா”, படத்தகவல்களை எந்த சுருக்கமும் இல்லாமல் முழுமையான தகவல்களுடன் படங்கள் மெமரி கார்டில் சேமிக்கப்படுவதால் அதிக இடத்தை உபயோகிக்கிறது.

அதனால் ஜெபெக் போல அதிக படங்களை சேமிக்க முடியாது. அதற்கேற்றாற்போலவே, பதிவு செய்யும் படங்கள் எந்த இழப்புமின்றி சேமிக்கப்படுவதால், நிறம், ஒளியின் தன்மை, அடர்த்தி ஆகியவற்றை மிகச்சிறப்பாக மெருகேற்றலாம். ஒளிப்பட நிபுணர்கள் உயர்ரக பதிவிற்கு "ரா" முறையை தேர்வு செய்கின்றனர்.

இன்றைய சில உயர்ரக காம்பாக்ட் காமிராக்களில் 'ரா' அமைப்பில் படமாக்கும் வசதி உள்ளது.

படச்சுருக்கம் (Image file compression)

டிஜிட்டல் ஒளிப்படத்துறையில் படச்சுருக்கம் இன்றியமையாதது. இதன் முக்கிய பணி, நாம் படமாக்கும் ஒளிப்படத்தகவல்களை குறியாக்கம் (encoding) செய்து அதை திறமையான வடிவத்தில் சுருக்குவதே ஆகும்.

அதன் பயன்கள்:

- அதிக படங்களை சேமிக்கலாம் (storage).
- படங்களை விரைவாக பதிவிறக்கம் (download) செய்யலாம்.
- படங்களை மற்ற தளங்களுக்கு (transfer) விரைவாக அனுப்பலாம்.

படக்கோப்புகளை சுருக்க பல வழிமுறைகள் உள்ளன. அதில் குறிப்பிட வேண்டியவை ஜெபெக் (JPEG) மற்றும் டிப்.்.ப் (TIFF) ஆகும்.

காாமிரா மீட்டரிங் (Camera Metering)

காமிரா தானியங்கி (auto mode) முறையில் ்.போகஸ், ஐ.எஸ்.ஓ. (ஒளி உணர்திறன்), ஒளியின் அளவு ஆகியவற்றை எவ்வாறு கணக்கிடுகிறது என்பது மிக முக்கியமானதாகும். அதன் தொழில்நுட்பம்தான் 'காமிரா மீட்டரிங்' எனப்படுகிறது.

காமிரா நாம் படமாக்கும் பொருளின் (சட்டகத்தின் வழியாக) ஒளியை அதன் சராசரி வெளிப்பாட்டின் அடிப்படையில் கணக்கிட முயற்சிக்கிறது. அதாவது, வெளிச்சப் பகுதி மற்றும் இருண்ட பகுதியின் ஒளியின் அளவை சாம்பல் நிறப் பகுதிக்கு (வெளிச்சம் மற்றும் இருண்ட பகுதிக்கு இடைப்பட்ட நிலை 18% grey) ஒப்பிட்டு அதன் தொழில்நுட்பத்தை நிறைவு செய்கிறது. பெரும்பாலான நேரங்களில் காமிராவின் தானியங்கி முறையின் கணக்குகள் சரியாகவே அமைகின்றன. மூன்று முறைகளில் நாம் காமிரா மீட்டரிங்கை தேர்வு செய்யலாம்.

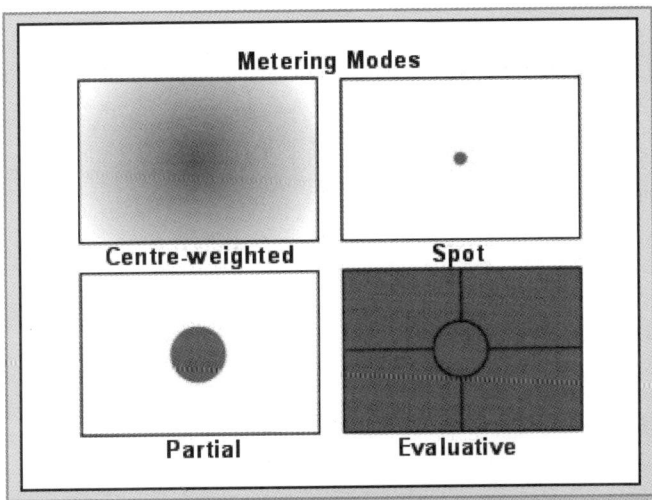

Camera Metering

சராசரி மீட்டரிங் (Average metering)

காமிரா ஒளி அளவையும் அதன் தொனியையும் சட்டகத்தில் எல்லா புறத்திலிருந்தும் கணக்கீடு செய்கிறது.

நடுப்பகுதி மீட்டரிங் (Center weighed metering)

சட்டகத்தின் நடுப்பகுதியின் ஒளி மற்றும் நிறத்தன்மையை நாம் தேர்ந்தெடுக்கலாம். அதனுடைய வெளிப்பாட்டின் அடிப்படையில் தானியங்கி முறை இயங்கும்.

ஸ்பாட் மீட்டரிங் (spot metering)

சட்டகத்தில் உள்ள ஒரு சிறிய பகுதியை நாம் தேர்வு செய்து அதன் அடிப்படையில் காமிராவின் தானியங்கி முறையை ஸ்பாட் மீட்டரிங் கொண்டு இயக்கலாம்.

உதாரணம்: கோயில் கோபுரத்தில் ஒரு குறிப்பிட்ட சிலையை மட்டும் பிராதானப்படுத்தி ∴போகஸ், ஒளி அளவு தீர்மானிக்க வேண்டுமானால் 'ஸ்பாட் மீட்டரிங்' பயன்படும்.

டி.எஸ்.எல்.ஆர். காமிராக்களை இயக்குவதற்கான முக்கிய குறிப்புகள்

- காமிரா அறையை (camera body) அடுத்து அதன் கீழ்ப்பகுதியில் ‘பாட்டரி’ யை செலுத்தவும். பாட்டரி முழு சக்தியில் (fully charged) உள்ளதா என்றும் சரி பார்க்க வேண்டும்.
- எந்த லென்ஸ் பயன்படுத்துவீர்களோ அதை காமிராவில் உள்ள லென்ஸ் மவுண்டுடன் (lens mount) இணைக்க வேண்டும்.
- காமிராவின் லென்ஸ் மூடியை (cap) திறக்கவும்.
- காமிராவின் இயக்க பொத்தானை (camera on) அழுத்தவும்.
- காட்சிகளை பதிவு செய்யவும் / காமிரா நுட்பங்களை நிர்ணயிக்கவும் “திரவ படிக திரையை” (lcd) பயன்படுத்தவும்.
- காமிராவின் மேற்புறத்தில் படமாக்கப்போகும் இயக்கங்களை தேர்வு செய்யவும்.
- குறிப்பாக, தானியங்கி என்றால் ‘Auto’ தேர்வு செய்யவும், அல்லது தன் விருப்ப முறை என்றால் எம். (M) தேர்வு செய்யவும். எம். (M) தேர்வு செய்தால், கீழே குறிப்பிடப்பட்டிருக்கும் இயக்கங்களைத் தொடரவும்.
- நிறவெப்பம் சரியாக அமைக்கவும் (white balance).
- ஐ.எஸ்.ஓ. தேர்வு செய்யவும்.
- அப்ரேச்சர் / ஷட்டர் இயக்கத்தை முடிவு செய்யவும்.
- திரவ படிக திரையைப் பார்த்தவாறே லென்ஸில் உள்ள ஃபோகஸ் வளையத்தைத் திருகி ஃபோகஸ் செய்யவும்.
- படமாக்கப்போகும் காட்சியை ‘கம்போஸ்’ (compose) செய்யவும்.

- காமிராவின் 'க்ளிக்' பொத்தானை மென்மையாக அழுத்தவும்.
- க்ளிக் நொடிப்பொழுதில் காட்சி பதிவாகிறது.
- பதிவான படத்தை திரவ படிக திரையில் பார்க்கவும்.
- பதிவு செய்த படம் திருப்தி அளிக்கவில்லை என்றால் அதில் உள்ள குறைகளை ஆராய்ந்து மீண்டும் இயக்கங்களை தேர்வு செய்து தொடரவும்.
- பதிவு செய்த படம் உங்களுக்குத் தேவையில்லை என்றால் காமிராவின் பின்புறம் உள்ள 'கூடை' (delete) சின்னம் கொண்ட பொத்தானை அழுத்தினால் காமிராவின் திரவ படிக திரையில் காட்சியை நீக்க வேண்டுமா (Delete Yes or No) என்று எழுத்துக்கள் தோன்றும். 'ஆம்' (Yes) என்று அழுத்தினால் அந்த படம் மறைந்து விடும்.
- தொடர்ந்து பதிவு செய்த பின்னர் காமிராவின் மெமரி கார்டில் உள்ள ஒளிப்படங்களை கணிணி அல்லது மொபைல் ஃபோனுக்கு மாற்றம் செய்யவும்.
- காமிராவிலிருந்து மெமரி கார்டை வெளியே எடுத்து 'கார்ட் ரீடர்' (card reader) மூலமாக கணிணியில் இணைத்து படங்களை சேமிக்கலாம். அல்லது, காமிராவுடனேயே வரும் 'டேட்டா கேபிள்' (data cable) மூலமாகவே நேரடியாக காமிராவிலிருந்து கணிணிக்கோ மொபைல் ஃபோனுக்கோ படங்களை மாற்றலாம்.
- இன்றைய சில உயர்ரக டி.எஸ்.எல்.ஆர். காமிராக்களில் கொடுக்கப்பட்டுள்ள ப்ளூடூத் (bluetooth), வைஃபை (Wifi) மூலமாகவும் செய்யலாம்.
- மெமரி கார்டில் உள்ள ஒளிப்படங்களை உங்களுக்கு தேவையான வடிவத்தில் சேமித்தபிறகு மீண்டும் அந்த மெமரி கார்டை காமிராவில் செலுத்தி மீண்டும் மீண்டும் பயன்படுத்தலாம்.

- ஆனால், மெமரி கார்டில் ஏற்கனவே பதிவாகி இருக்கும் ஒளிப்படங்களை அழிக்க வேண்டும். காமிராவின் இயக்கத்தின் (settings) மூலமாக ஃபார்மேட் (format) செய்து காட்சிகளை நீக்கிய பிறகு மீண்டும் மீண்டும் பயன்படுத்தலாம்.

- நீங்கள் காமிராவை சில நாட்களுக்கு பயன்படுத்தாவிட்டால் காமிராவிலிருக்கும் 'பாட்டரி' (battery) யை கழற்றி பத்திரமாக வைக்கவும். பிறகு பயன்படுத்தும்போது மீண்டும் பாட்டரியை சார்ஜ் (charge) செய்யவும்.

- காமிராவையும் லென்ஸையும் சரியான காமிரா பெட்டியில் (camera bag) ஆடாதவாறு வைக்கவும்.

- காமிரா பெட்டியில் பூஞ்சை (fungus) உருவாவதைத் தடுக்க சிலிக்கா ஜெல் (silica gel) போட்டு வைக்கவும்.

- காமிராவை அதிக வெப்பம் (50°c) அல்லது உறையும் குளிர் காலங்களில் (-0°c) பாதுகாப்பாக பயன்படுத்த வேண்டும்.

- மழைக்காலங்களில் காமிரா மீது மழைத்துளி படாதவாறு 'குடை' அல்லது தண்ணீர் புகாத காமிரா உறைகளை (water resistant camera covers) பயன்படுத்தவும்

மாடுலர் காமிரா (Modular Camera)

மாடுலர் வகை டிஜிட்டல் காமிராக்களில் லென்ஸில் சென்சார் மற்றும் ஷட்டர் இருக்குமாறு வடிவமைக்கப்படுகிறது. சில ஸ்மார்ட் ஃபோன்களில் ‘லென்ஸ் வகை காமிரா’ என்று விற்பனை செய்யப்படுகிறது.

சோனி நிறுவனத்தின் க்யூ.எக்ஸ் 10&100 (QX 10 & QX 100) ஆகிய லென்ஸை நவீன ஆண்ட்ராயிட் ஃபோனுடன் இணைத்தால், அது ஒரு டி.எஸ்.எல்.ஆர். காமிராவாகவே செயல்படும்.

இவ்வகைக் காமிராக்களில் லென்ஸைத் தனியாகக் கழற்றிவிட்டு அதை தேவையான இடத்தில் பொருத்தி சற்று தூரத்திலிருந்து வைஃபை இணைப்புடன் உள்ள செல்ஃபோன் மூலம் காட்சிகளைப் பதிவு செய்யலாம்.

உதாரணம்: மரத்தின் மீதோ, ஜன்னல் கம்பிகளுக்கிடையிலோ அல்லது காமிரா நுழைய முடியாத எந்த இடத்திலும் சிறிய அளவிலான லென்ஸைப் பொருத்தி காட்சிப்பதிவு செய்யலாம்.

ஸ்போர்ட்ஸ் மற்றும் ஆக்ஷன் ஃபோட்டோகிராஃபியில் இந்த தொழில்நுட்பமுறை பயன்படும்.

டி.எஸ்.எல்.டி. காமிராக்கள் (DSLT Cameras)

டிஜிட்டல் சிங்கிள் லென்ஸ் ட்ரான்ஸ்லுசன்ட் (Digital single lens translucent) என்ற சொல்லாக்கமே டி.எஸ்.எல்.டி. வகை காமிராக்கள்.

ஒளியானது லென்ஸ் வழியாக காமிராவினுள் நுழைந்து அங்கே ஒளி ஊடுருவும் (translucent) கண்ணாடி மீது பட்டு சென்சாரை அடைகிறது. அதே கண்ணாடி 30 சதவிகித ஒளியை காமிராவின் ஃபேஸ் டிடெக்ஷன் சென்சாருக்கு (phase detection sensor) அனுப்புகிறது. இதனால் காமிரா வியூஃபைண்டர் மற்றும் திரவ படிக திரையில் தெரிய உதவுகிறது.

இக்காமிராவின் சிறப்பு என்னவென்றால், சென்சார் முன் இருக்கும் ஒளி ஊடுருவும் கண்ணாடியானது ஒளியை நேரடியாக சென்சாருக்கு அனுப்புகிறது. டி.எஸ்.எல்.ஆர். காமிராக்களில் 'க்ளிக்' பொத்தானை அழுத்தும்போது சென்சார் முன் இருக்கும் கண்ணாடி மேலே நோக்கி நகர்ந்து ஒளியை சென்சாருக்கு அனுப்புகிறது. டி.எஸ்.எல்.டி. வகை காமிராக்களில் ஒளி ஊடுருவும் கண்ணாடி நகர்வதில்லை.

இந்த டி.எம்.டி. (TMT) தொழில்நுட்பத்தால் காமிரா அதிர்வு வடிகட்டப்படுகிறது. அதேபோல தொடர்ந்து அதிவேகத்தில் பல ஒளிப்படங்களை 'க்ளிக்' செய்யலாம்.

அதோடு மட்டுமல்லாமல், 'க்ளிக்' செய்யும்போது காமிரா திரையில் அல்லது வியூ.்.பைண்டரில் காட்சி மறையாது.

சோனி நிறுவனம் டி.எஸ்.எல்.டி. வகை காமிராக்களை 'ஆல்.்.பா' பெயர் தொடர் கொண்டவையாக தயாரிக்கிறது.

சோனி ஆல்.்.பா ஏ 3000 (Sony Alpha A 3000)

சோனி ஆல்.்.பா ஏ 7 எஸ். (Sony Alpha A 7s)

சோனி ஆல்∴பா 33, 35, 37, 55, 57, 58, 65, 77, 99 ஆகியன முக்கிய மாடல்களாகும்.

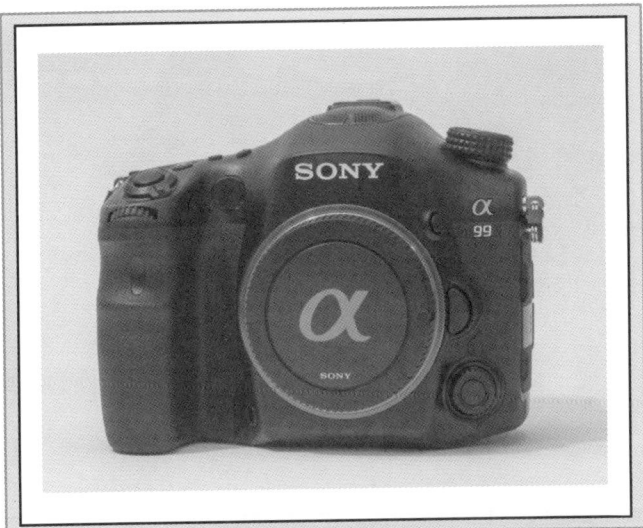

மீடியம் ∴பார்மட் டிஜிட்டல் காமிராக்கள்

மீடியம் ∴பார்மட் டிஜிட்டல் காமிராக்கள் உயர்ரக காமிராக்களாகும். இந்த காமிராக்களின் முக்கிய அம்சம், இதனுடைய சென்சார் அளவு டி.எஸ்.எல்.ஆர். காமிராக்களில் இருப்பதை விட பெரியது.

உதாரணம்: 35 மில்லி மீட்டர் அளவைவிட அதிகமாகும்.

மீடியம் ∴பார்மட் காமிராக்களில் 30 மெகா பிக்சலிலிருந்து 80 மெகா பிக்சல் வரை உயர்ரக சி.சி.டி.∴சிமோஸ் சென்சார் கொண்டு தயாரிக்கப்படுகிறது.

ஹசல்ப்ளாட், லீக்கா, பென்டாக்ஸ், மமியா ஆகிய காமிரா தயாரிப்பு நிறுவனங்கள் 'மீடியம் ∴பார்மட்' காமிராக்களை மிகுந்த கவனத்தோடும் உயர்ரக உப பொருட்களைக் கொண்டும் வடிவமைக்கிறார்கள்.

உலகின் மிகச்சிறந்த ஒளிப்பட வல்லுநர்கள், மாடலிங், விளம்பரங்கள் ஆகிய துறைகளில் 'மீடியம் ∴பார்மட் காமிராக்களை' உபயோகிக்கின்றனர்.

மீடியம் ∴பார்மட் காமிராக்களின் விலை சுமார் 5 லட்சத்திலிருந்து 25 லட்ச ரூபாய் வரை உள்ளன.

மீடியம் ∴பார்மட் காமிரா கொண்டு எடுக்கப்படும் ஒளிப்படங்களை பல அடிக்கணக்குகளுக்குப் பெரிதாக்கலாம். அப்போதும், படங்களின் தரம் குறையாது.

35 எம்.எம். டி.எஸ்.எல்.ஆர். காமிராக்களில் பயன்படுத்தும் 50 எம்.எம். லென்ஸ் மீடியம் ∴பார்மட் காமிராவில் அதன் பார்வைக்கோணம் 24 எம்.எம். லென்ஸ் போல இருக்கும்.

பிரபலமான சில காமிரா மாடல்கள்

- பென்டாக்ஸ் 645 இசட் (Pentax 645Z) (51.4 மெகா பிக்சல் சென்சார்)

- மமியா டி.எம்.22 (Mamiya DM 22). இதில் 22 மெகா பிக்சலிலிருந்து 80 மெகா பிக்சல் வரை சென்சார் கிடைக்கிறது.

ஹசல்ப்ளாட் ஹெச். 5டி - 50 சி (Hasselblad H 5D - 50C)

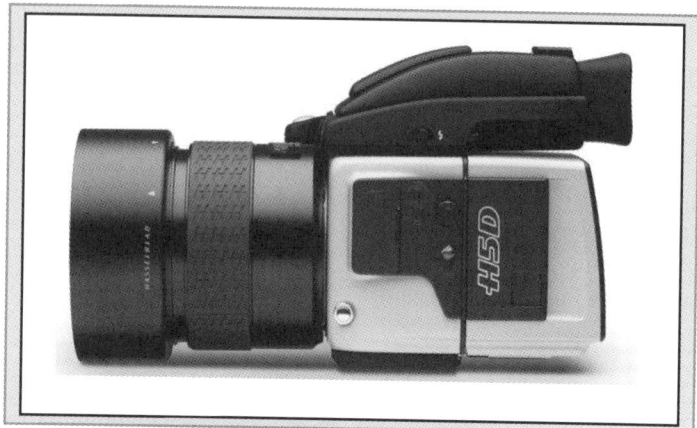

செல்.ஃ.போன் .ஃ.போட்டோகிரா.ஃ.பி (Cellphone Photography)

இன்றைய டிஜிட்டல் யுகத்தின் மிகப்பெரிய தாக்கங்களில் ஒன்று, யாவரும் ஒளிப்படங்களை மிக எளிதாக தங்கள் செல்.ஃ.போன் மூலமாக பதிவு செய்வது.

செல்.ஃ.போன் (ஸ்மார்ட்.ஃ.போன்) களில் இரண்டு பக்கங்களிலிருந்தும் காட்சிகளைப் பதிவு செய்யும் வசதியுடன் வருகிறது. செல்.ஃ.போனின் பின்பக்கம் மூலம் பதிவு செய்யும் படங்கள் கொஞ்சம் அதிக அடர்த்தியுடனும் (resolution), முன்பக்கமிருந்து பதிவு செய்யும படங்கள் குறைந்த அடர்த்தியுடனும் இருக்குமாறு தயாரிக்கிறார்கள்.

பொதுவாக, செல்.ஃ.போன் மூலம் இயங்கும் காமிரா இயக்கம் லென்ஸ் நிரந்தரமாக இருக்குமாறு வடிவமைக்கப்பட்டிருக்கும் பிரத்தியேக செட்டிங் மூலமாக அதன் பார்வைக்கோணத்தை (angle of view) மாற்றி அமைத்துக்கொள்ளலாம்.

ஃப்ளாஷ் செட்டிங்

ஆன் / ஆஃப் (on/off) மிகக் குறைந்த வெளிச்சம் இருக்கும்போது பயன்படும். பொதுவாக, செல்ஃபோன் காமிராவின் ஃப்ளாஷ் வெளிச்சம் சிறப்பாக இயங்குவதில்லை.

பனோரமிக் மோட் / மைக்ரோ மோட் போல சில காம்பாக்ட் காமிராக்களில் இருக்கும் வசதிகள் இதிலும் இருக்கும்.

செல்ஃபோன் மூலம் எடுக்கும் படங்கள் சிறப்பாக அமைய முடிந்த அளவு படமாக்கும் காட்சிக்கு அருகாமையில் சென்று பதிவு செய்வது சிறப்பானதாக இருக்கும்.

பொதுவாக, மென்மையான ஒளியமைப்பு, மேகமூட்டத்துடன் இருக்கும் வெளிச்சம் ஆகியன செல்ஃபோனில் அழகாகப் பதிவாகும். அதிக வெளிச்சம் உள்ளதைத் தவிர்க்கப் பாருங்கள்.

சிறந்த காமிரா ஸ்மார்ட்ஃபோன்கள்

- ஆப்பிள் ஐஃபோன் 6 - 8 மெகா பிக்சல்
- சாம்சங் காலக்ஸி நோட் 4 - 16 மெகா பிக்சல்
- எல்.ஜி. ஜி 3 - 13 மெகா பிக்சல்
- சாம்சங் காலக்ஸி எஸ். 6 - 16 மெகா பிக்சல்
- ஹெச்.டி.சி.ஒன். எம். 8 - 13 மெகா பிக்சல்
- சாம்சங் காலக்ஸி எஸ். 5 - 16 மெகா பிக்சல்
- ஜியானி ஈ 7 - 16 மெகா பிக்சல்
- நோக்கியா லூமியா 1020 - 41 மெகா பிக்சல்
- நோக்கியா லூமியா 1520 - 20 மெகா பிக்சல்

செல்.ஃ.போனில் இருக்கும் காமிராவிற்கான சென்சார் அளவு மிகவும் சிறிய அளவிலேயே இருக்கும். அதாவது, காம்பாக்ட் காமிராக்களில் இருக்கும் சென்சாரின் அளவை விட குறைந்தே காணப்படும். அதனால், குறைந்த ஒளியில் படமாக்கும்போது சரியான நிறத்தன்மை கிடைப்பதில்லை.

செல்.ஃ.போன் காமிரா- சிறப்பு குறிப்புகள்

காமிரா சின்னத்தைத் தொட்டால் உங்கள் செல்.ஃ.போனில் நீங்கள் பதிவு செய்யப்போகும் காட்சி தெரியும். அதன் ஓரத்தில் காமிரா தொடர்பான இயக்கங்களுக்கான தேர்வு அமைப்பு இருக்கும்.

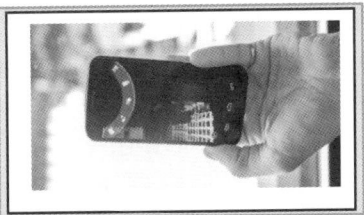

Selphone Camera Shooting mode

அதில் படமாக்கும் காட்சியின் ‘அளவு’ விகிதம் குறிக்கப்பட்டிருக்கும். தரமான பதிவிற்கு ‘அதிக ரெசல்யூஷன்’ தேர்ந்தெடுங்கள்.

‘அளவு’விகிதம் குறிக்கப்பட்டிருக்கும். தரமான பதிவிற்கு ‘அதிக ரெசல்யூஷன்’தேர்ந்தெடுங்கள்.

ஒயிட் பாலன்ஸ்

- ஆட்டோ (auto)
- இன்கேண்டசண்ட் (incandescent)
- பகல் (day)
- மேகமூட்டம் (cloudy)

ஆகிய தேர்வுகளில் சூழ்நிலைக்குத் தக்கவாறு மாற்றிக்கொள்ளலாம்.

- ஹெச்.டி.சி.ஒன். இ 8 - 13 மெகா பிக்சல்
- ஆப்பிள் ஐ.ஃ.போன் எஸ். 5 - 8 மெகா பிக்சல்
- ஹெச்.டி.சி. டிஸையர் 816 - 13 மெகா பிக்சல்
- மோட்டோ எக்ஸ். 2 ஜெனரேஷன் - 13 மெகா பிக்சல்
- மைக்ரோமாக்ஸ் கான்வாஸ் டர்போ ஏ 250 - 13 மெகா பிக்சல்
- ஓப்போ என். 1 - 13 மெகா பிக்சல்
- சோனி எக்ஸ்பீரியா இசட் 3 - 20.7 மெகா பிக்சல்

குறைந்த விலையில் சிறந்த காமிரா ஃ.போன்கள் (10,000/- ரூபாய்க்குள்)

- ஆசுஸ் ஜென் ஃ.போன் 5
- மைக்ரோமாக்ஸ் யூநைட் 2
- நோக்கியா லூமியா 630
- மோட்டோ இ - I மற்றும் II ஜென்.

சமீபகாலமாக செல்.ஃ.போன் ஃ.போட்டோகிரா.ஃ.பி மிகவும் பிரபலமடைந்து வருகிறது. பத்திரிகை துறை (journalism) மற்றும் பல்வேறு துறைகளில் பயன்படுத்தி வருகிறார்கள்.

இன்றைய உயர்ரக செல்.ஃ.போன் நிறுவனங்கள், குறிப்பாக ஆப்பிள் ஐ.ஃ.போன் மற்றும் சோனி, சாம்சங் தயாரிக்கும் உயர்ரக ஸ்மார்ட்.ஃ.போன்களில் காமிராவின் தரம் சிறப்பாகவே உள்ளது.

அதற்கு ஏற்றாற்போல் இப்போது செல்.ஃ.போன் ஃ.போட்டோகிரா.ஃ.பிக்கென பல துணைக்கருவிகளும் (accessories) வரத் தொடங்கிவிட்டன.

செல்ஃபோனில் நேரடியாக இணைக்கும்படியாக பல பார்வைக்கோணம் கொண்ட லென்ஸுகள் கிடைக்கின்றன.

1. அகலப்பார்வை (wide) லென்ஸ்

2. தூரப்பார்வை (tele) லென்ஸ்

3. மேக்ரோ (macro) லென்ஸ்

- காம்பாக்ட், டி.எஸ்.எல்.ஆர். காமிராக்களுக்கு ட்ரைபாட் ஸ்டேண்ட் (tripod) வருவது போல செல்ஃபோனுக்கு காமிரா ட்ரைபாட்கள் தயாரிக்கப்படுகின்றன.

- இன்றைய நாகரீக வாழ்க்கை முறையில் செல்ஃபோன் மூலம் 'செல்ஃபீ' (selfie) ஒளிப்படங்கள் எடுப்பது வாடிக்கையாகி விட்டது.

செல்ஃபி (நம்மை நாமே எடுக்கும் ஒளிப்படங்கள்)

செல்ஃபி ஒளிப்படங்களை சிறப்பாக எடுப்பதற்கென்றே 'செல்ஃபி குச்சிகள்' (selfie sticks) தயாரிக்கப்படுகின்றன.

அவை ப்ளுடூத் (bluetooth) வசதியுடனும் வருவதால், செல்ஃபோனை இக்குச்சிகளில் பொருத்தி ப்ளுடூத் மூலம் இயக்கி எளிதாக க்ளிக் செய்யலாம்.

செல்ஃபி மூலம் ஒளிப்படங்களை எடுக்கும்போது காமிராவின் சட்டகத்தில் (frame) நம்மை அடக்க நம் கைகளின் சாதாரண எல்லையை மீறி நீட்டியவாறு படமாக்குவது கொஞ்சம் சிரமமாகிறது. அதனால், செல்ஃபி குச்சிகளில் செல்ஃபோனைப் பொருத்தி எடுப்பது எளிதாகிறது. அதற்கேற்ப அக்குச்சிகள் விரிவடையுமாறும் முனையில் கைப்பிடி உள்ளவாறும் தயாரிக்கப்படுகின்றன.

Selfie Click

****

காட்சி கட்டமைப்பு

1
2
3
4
5
6
7
8
9
10
11
12
13
14
15
16

COMPOSITION

பகுதி - 3

காட்சி கட்டமைப்பு
(Composition)

ஒளிப்படக்கலையின் ஆதார அம்சமே காட்சி கட்டமைப்புதான். சுமார் 2000 வருடங்களாகவே ஒளிப்படக்கலை தோன்றும் முன்னரே இசை, நடனம், ஓவியம், கட்டடம் ஆகியவற்றில் கலைரீதியாக பயன்பட்டே வந்துள்ளது

ஒளிப்படக்கலைஞர்களுக்கு காட்சி கட்டமைப்பு என்பது 'விஷுவல் மொழி' ஆகும்.

'காட்சி கட்டமைப்பு' என்பது காமிராவின் வியூ.ஃ.பைண்டர் மூலமாக சட்டகத்தின் உள் நாம் படமாக்கப் போகும் கூறுகளை பார்வையாளர்களின் கவனம் பெற சரியான முறையில் வடிவமைப்பதாகும்.

ஒளியின் அலைவரிசையை உள்வாங்கி காமிராவும் அதன் சென்சாரும் ஒளிப்படமாக உருவாக்கும் பட்சத்தில் அதை இயக்கும் நபர்களின் பார்வைக்கோணம்தான் ஒளிப்படத்தை கலையாக வடிவமைக்கிறது.

காம்போஷிசன் என்கிற காட்சி கட்டமைப்பு சிறப்பாக அமைவதற்கான வழிமுறைகள், ஓவியங்களின் அடிப்படையிலேயே உருவாக்கப்பட்டுள்ளது.

இசைக்கலைஞனுக்கு ஒலியின் மதிப்பீடு மற்றும் கேட்கும் திறன் எவ்வளவு முக்கியமோ ஒளிப்படக்கலைஞனுக்கு காட்சியைப் பார்க்கும் விதம் மிக முக்கியமானது.

ஒளிப்படத்தைப் பார்க்கும்போது கண்கள் எதை நோக்கி ஈர்க்கப்படுகிறது அல்லது எதை தொடர்ந்து சென்று நிலைத்து கவனம் பெறுகிறது என்பது முக்கியம். அதன் மதிப்பீடுதான் நல்ல காம்போஷிசனா இல்லையா என்பதாகும்.

- கண்களுக்கும் லென்ஸுக்கும் இருக்கும் ஒற்றுமையும் வேற்றுமையும்.

- பார்க்கும் ஒவ்வொரு கூறுகளையும் ஒளிப்படச் சின்னமாக அடையாளப்படுத்தும் திறன்.

1. கோடுகள் (lines)

2. தொனி (tone)

3. வடிவம் (shape)

4. படமாக்கப் போகும் அந்த முக்கியமான கணம் (decisive moment)

கோடுகள் (Lines)

ஒளிப்படத்தின் காட்சி கட்டமைப்பை மேம்படுத்த கோடுகளின் பயன்பாட்டை சரியாக பயன்படுத்த வேண்டும். 'கோடுகள்' ஒளிப்படத்திற்கான பார்வையாளனின் மனநிலையை (mood of a picture) உருவாக்குகிறது. அதேபோல கண்களை ஒளிப்படத்தின் கூறுகளுக்கு வழிநடத்தி செல்லவும் (leading the eye) செய்கிறது. அதன் மூலம் பார்வையாளர்களின் உணர்வைத் தூண்டவும் அப்படத்தின் மீது கவனம் பெறவும் உதவுகிறது.

பொதுவாக, 'ஒளிப்படக் கோடுகள்' பல வகைகளாக அறியப்படுகிறது.

கிடைமட்டக் கோடுகள் (Horizontal lines)

ஒளிப்படச் சட்டகத்தில் 'கிடைமட்டக் கோடுகள்' ஒரு அமைதியான (quietness) திடநிலையை (stability) உருவாக்கும்.

Horizontal Lines (1)

உதாரணம்: தூரத்து மலைத்தொடர், சமவெளி, பரந்து விரிந்துள்ள கடல் பிரதேசம்.

பொதுவாக கிடைமட்ட கோடுகளை சட்டகத்தின் நடுப்பகுதியில் 'கம்போஸ்' செய்யக்கூடாது.

Horizontal Lines (1)

Horizontal Lines (2)

ஏனெனில், சட்டகத்தை சரி பாதியாக (இரண்டாக) பிரிக்கும்போது ஒளிப்படத்தின் கவனம் ஒற்றை இலக்கை நோக்கி செல்லாது.

செங்குத்தான கோடுகள் (Vertical lines)

Vertical Lines (1)

Vertical Lines (2)

செங்குத்தான கோடுகள் கிடைமட்டக் கோடுகளைப்போல அமைதி மற்றும் உறுதியான நிலைப்பாட்டை உருவாக்கக்கூடிய அமைப்புதான். இதில் முக்கிய அம்சம், செங்குத்தான கோடுகள் உயரத்தை சட்டகத்தில் குறியீடாக அமைக்க உதவுகிறது.

Vertical Lines

உதாரணம்: மின்சாரக் கம்பங்கள், கட்டடங்கள், தூண்கள், மரங்கள் ஆகியன.

சட்டகத்தில் செங்குத்தான கோடுகள் தனிமையை உணர்த்தவும் பயன்படும். சட்டகத்தின் ஓரத்தில் தனிமையாக இருக்கும் ஒற்றை மரத்தை உதாரணமாகக் கூறலாம்.

மூலைவிட்டக் கோடுகள் (Diagonal lines)

Diagnol Lines (1)

Diagnol Lines (2)

சட்டகத்தில் இக்கோடுகளை அமைத்தால் அதன் கூறுகள் (elements) ஒருவித வேகத்தை உணர்த்துவதற்கும், மேல்நோக்கியோ அல்லது கீழ்நோக்கியோ செல்லும் பயணத்தை உணர்த்தும் விதமாகவும் பயன்படும்.

உதாரணம்: வீதிகள், மரக்கிளைகள்.

வளைவுக்கோடுகள்

நேர்க்கோடுகளை விட மேன்மையானது வளைவுக்கோடுகள். அவை இரண்டு புள்ளிகளுக்கு நடுவே அழகாக வளைந்து இணைப்பை ஏற்படுத்தக்கூடியது.

வளைவுக்கோடு

இக்கோடுகள் சிறிய வளைவுகள் மூலம் மென்மையான உணர்வையும், பெரிய வளைவுகள் மூலம் உந்துதல் உணர்வையும் ஏற்படுத்தக்கூடியவை.

உதாரணம்: மலைப்பாதையில் உள்ள சாலைகள் மற்றும் ரயில்பாதைகள்.

எஸ் (S) வளைவுகள் மிகவும் பிரபலமானவை.

கலவைக்கோடுகள் (Zig Zag lines)

Zig Zag lines

Zig Zag lines - cjr

கலவைக்கோடுகள் என்பது இரண்டு மூலைவிட்டக் கோடுகள் இணையும்போதோ அல்லது நேர்க்கோடுகள் வளைவுக்கோடுகள் இணையும்போதும் 'கலவைக்கோடுகள்' மூலம் எதிர்பாராத தன்மையை அடைய முடியும்.

பிளவுக்கோடுகள் (Dividing lines)

Dividing lines

Dividing lines

ஒளிப்படக்கலையில் பிளவுக்கோடுகள் மூலம் இட எல்லையை (space) உருவாக்க முடியும்.

சமநிலைக்கோடுகள் (contour lines)

Contour Lines

இக்கோடுகள் மூலம் நாம் படமாக்கப்போகும் கூறுகளின் விளிம்பு நிலைத்தோற்றத்தை உருவாக்க முடியும்.

இவ்வகை கோடுகள் சிறந்த அழகியல் சார்ந்த பதிவாகும். குறிப்பாக, இக்கோடுகள் சமவெளி அமைப்பு கொண்டவாறு இடத்தையோ அல்லது கூறுகளையோ தேர்வு செய்தால் படம் மிகவும் நுட்பமாக அமையும்.

வடிவம் (shape)

ஒளிப்படங்களில் நாம் பதிவு செய்தவற்றில் உள்ள கூறுகளின் (elements/subjects) இணைப்பே 'வடிவமாக' உருவாகிறது அல்லது உருவாக்க வேண்டும்.

நாம் படமாக்கும் பொருட்கள் அல்லது மனிதர்களின் முகம், செயல்பாடு ஆகியவை ஏதோ ஒரு வகையில் 'வடிவம்' பெறவேண்டும். அப்படி ஒரு அமைப்பை அடையும்போது சாதாரண நிலையிலிருந்து அப்படம் கவனம் பெறும் கலைப்படமாக மாறுகிறது.

நாம் பார்க்கும் காட்சிகள் அதை சட்டகத்தில் கட்டமைக்கும்போது ஏதோ ஒரு வடிவம் பெற பல விஷுவல் கூறுகளை நாம் இணைக்க முற்பட வேண்டும். அது கோடுகளின் இணைப்பாகவும் இருக்கலாம்.

ஒளிப்படங்களுக்கு சிறப்பு சேர்க்க பல 'வடிவங்கள்' பிரபலமாக அறியப்படுகிறது.

- முக்கோணம்.
- வட்டம்.
- எல் (L).

முக்கோணம்

Example of a Triangle Shape

Triangle

ஒளிப்படக்கலையின் கட்டமைப்பில் (composition) முக்கோண அமைப்பு அப்படத்திற்கு ஸ்திரத்தன்மையை அளிக்கிறது.

Triangle 1

ஒளிப்படத்தில் காமிராவிலிருந்து முன்னே பார்க்கும்படி உள்ள முக்கோண அமைப்பு அமைதியையும், பயணம் மற்றும் தனிமையையும் உணர்த்தும்.

அதே முக்கோண அமைப்பு காமிராவை பார்த்தவண்ணம் உள்ளவை, பரபரப்பு, வேகம் மற்றும் சாதுர்யத் தன்மையைக் கொடுக்கும்.

வட்டம் (circle)

முக்கோணம் போலவே ஒளிப்படப்பதிவில் வட்டம் போன்ற அமைப்பில் காட்சிகளை பதிவு செய்வது சிறப்பு வாய்ந்ததாகும். காரணம், அக்காட்சிக்கு வட்ட அமைப்பு 'டெப்த்' கொடுக்கிறது. அதோடு, நிலையான தன்மையையும் அளிக்கிறது.

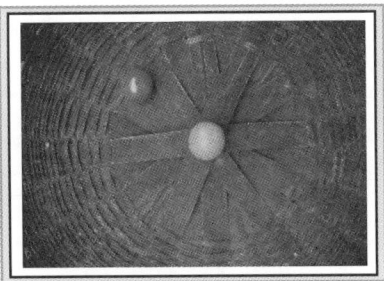

Circle Shape

உதாரணம்: சூரியகாந்தி பூக்கள், குழாய் ஓட்டை, குகைகள்.

எல் (L)

கிடைமட்ட கோடு மற்றும் செங்குத்தான கோடுகள் இணையும்போது ஆங்கில எழுத்தான 'எல்' (L) வடிவத்தில் காட்சி அமைக்க முடியும்.

'L' SHAPE

'எல்' வடிவம் சமவெளி ஒளிப்படப்பதிவிற்கு அதிகமாகப் பயன்படுத்தப்படுகிறது.

மனிதன் ஒரு கம்பத்தில் சாய்ந்து உட்காரும் வகையிலான பதிவில் 'எல்' வடிவத்தை உணரலாம்.

எஸ் (S)

ஆங்கில எழுத்தான 'எஸ்' வடிவத்தில் ஒளிப்படத்தை வடிவமைப்பது பார்வையாளர்களை நாம் தேர்வு செய்யும் கூறுகளுக்கு இட்டுச் செல்லும் விளைவுகளாக சிறப்பாகச் செயல்படும்.

குழு வடிவம் (Group shape)

குழு வடிவம் அதிகமாக 'டாப்' ஆங்கிள் பதிவுகளில் குழுவாக வரிசையாக ஓர் ஒழுங்கு முறையில் வடிவமைக்கப்படும் போது மிகச்சிறப்பான ஒளிப்படக்கட்டமைப்பைப் பெறுகிறது.

உதாரணம்: சட்டகத்தின் இடது ஓரத்தில் நான்கு பேர் நிற்பதும் வலது புறத்தில் இரண்டு பேர் அவர்களைப் பார்க்கும் விதமாக அமைக்கும்போது சிறந்த தோற்றத்தை உருவாக்க முடியும்.

தொனி கட்டமைப்பு (Tone in composition)

தினசரி வாழ்க்கையில் நிறங்களும் (colors) அதன் தொனியும் (tone) பல உணர்வுகளை பிரதிபலிக்க உதவுகிறது.

உதாரணம்: வெண்மை அமைதிக்கும், சிவப்பு நிறம் அபாயம் அல்லது கவனம் பெறவும், பச்சை நிறம் வளர்ச்சி சம்பந்தமாகவும் உணரப்படுகிறது.

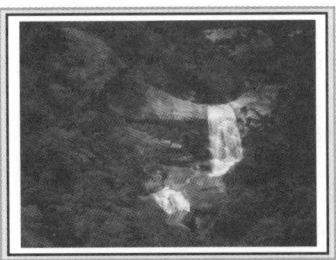

Tone - cjr

பொதுவாக, நிறங்களின் மூலம் சொல்லப்படும் உணர்வுகளோ அல்லது செய்திகளோ ஒவ்வொரு நாடு அல்லது இடத்திற்கு தகுந்தவாறு வேறுபடவும் செய்கிறது.

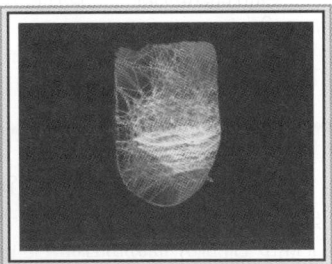

Tone Combo - cjr

நிறம் எப்படி உணர்வுகளை தூண்டுகிறதோ அதே போல தொனி (tone) மூலம் ஒளிப்படத்தில் உள்ள அமைப்பை தீவிரப்படுத்தவும் சாந்தப்படுத்தவும் முடியும்.

ஒரு ஒளிப்படத்தில் பல அளவுகோள்களில் தொனி இருந்தால் நம் கண்கள் அதில் ஒன்று மென்மையான தொனிக்கோ அல்லது இருண்ட தொனிக்கோதான் கவனம் செல்லும்.

தொனியானது வெண்ணிற அமைப்பிலிருந்து வெளிச்சப்பகுதியாகவும், சாம்பல் நிறப்பகுதியாகவும் பிறகு ஆழமான நிறங்கள் (deep colors) கொண்ட பகுதியாகவும் பிரித்துக் கொள்கிறது.

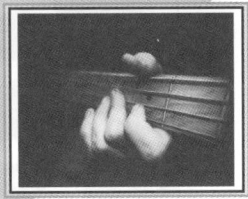

Tone Variation Composition

தொனியை சிறப்பாகக் கையாள்வதற்கு ஒளிப்படப்பதிவில் வெளிச்சப்பகுதியையும் இருண்ட பகுதியையும் கட்டமைப்பதே ஆகும். உதாரணம்: இருண்ட பகுதி அதிகம் உள்ள இடத்தில் ஓர் வெளிச்சக்கீற்று பாய்வதை பதிவு செய்வது.

பாங்கு (pattern)

மீண்டும் மீண்டும் கோடுகளோ, வடிவங்களோ, வண்ணங்களோ தொடர் வரிசையில் பதிவு செய்யும்போது ஓர் அற்புதமான பாங்கு உருவாகிறது.

Pattern

ஒளிப்படக் கட்டமைப்பில் மிகவும் அசத்தலான பதிவுகளை பேட்டர்ன் எனப்படும் பாங்கு வகையில் படமாக்கப்படும் காட்சிகள் எளிதாக ஆச்சர்யத்தில் ஆழ்த்தி விடுகிறது.

Pattern

1/3 விதி

உங்கள் சட்டகத்தை அல்லது ஒளிப்படத்தை ஒன்பது சம பாகங்களாக இரண்டு கிடைமட்ட கோடுகளாலும், செங்குத்தான கோடுகளாகவும் பிரிக்கும் போது நான்கு இணைப்பு புள்ளிகள் உருவாகும். நாம் படமாக்கும் காட்சிகளில் உள்ள முக்கிய கூறுகளை இந்த இணைப்பு புள்ளியில் இருக்குமாறு  கட்டமைத்தால் அது சிறந்த ஒளிப்படமாக வலுப்பெறும் / அமையும்.

சில டிஜிட்டல் காமிராக்களின் திரவ படிக திரையில் (LCD screen) 1/3 விதி சட்டகம் வழிகாட்டியாக வருமாறு 'செட்டிங்' உள்ளது.

One Third Line

1/3 விதியை கடைப்பிடிக்க முக்கியமான அம்சம் அடிவானத்தின் கோடுகளையோ அல்லது தொடுவானத்து கோடுகளையோ சட்டகத்தில் மேல் அல்லது கீழ்ப் பகுதியிலோ அமைக்க வேண்டும்.

சட்டகத்தின் நடுப்பகுதியில் இக்கோடுகள் வந்தால் ஒளிப்படத்தின் கவனம் சிதற வாய்ப்புண்டு.

1/3 விதியானது ஓவியத்திலிருந்தே ஒளிப்படக்கலைக்கு வந்துள்ளது. 1797 ம் ஆண்டில் இவ்விதியை உருவாக்கியவர் ஜான் தாமஸ் ஸ்மித் ஆவார்.

"ஒரு ஓவியத்தில் இரண்டு சமமான கூறுகள் இருக்கக்கூடாது, ஒன்றே பலப்பட்டிருக்க வேண்டும். மற்றவை இதற்கு உறுதுணையாக அமைய வேண்டும்" என்பதே அவருடைய கருத்தாகும்.

ஒளிப்படக்கலையிலும் இன்றுவரை அது முக்கியமான கட்டமைப்பாகக் கடைபிடிக்கப்பட்டு வருகிறது.

அதனால், ஒரு ஒளிப்படத்தை பதிவு செய்யும்போது நாம் படமாக்கும் பொருளோ, இடமோ ஏதோ ஒன்றின்மீது தான் முழு கவனம் பெற வேண்டும். மற்ற அம்சங்களை அதற்கு துணை நிற்குமாறு கட்டமைக்க வேண்டும்.

உதாரணம்: ஒரு பூவின் மீது வண்டு இருப்பது போல் படமாக்கினால் முழு கவனமும் அந்த படத்தின் மீதே இருக்கும்.

ஆனால், இரண்டு பூக்களும், அதில் ஒரு வண்டும் இருந்தால் கவனம் சிதற வாய்ப்புண்டு.

தங்கச் சுழல் விதி (Golden spiral rule)

சட்டகத்தில் இவை ஒரு செவ்வக அமைப்பாக ஆரம்பிக்கிறது. அதன் அகலம் மற்றும் நீளத்தின் அளவுகோல் தான் 'தங்க' விகிதமாக (golden ratio) கணக்கிடப்படுகிறது. பின்னர் அதே செவ்வகத்தை சதுரமாகப் பிரிக்கும்வண்ணம் உருமாறி கடைசியில் சட்டகத்தின் மூலையில் கால்வட்டமாகச் சுழல்கிறது.

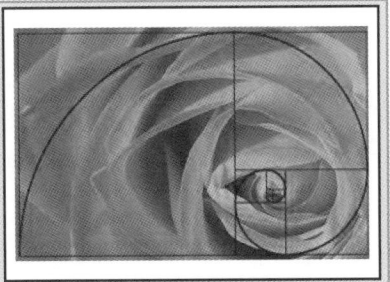

Golden spiral

இயற்கையை ஆராய்ந்து லியநார்டோ ஃபிபோநாச்சி என்பவர் தங்கச்சுழல் அமைப்பை கண்டறிந்தார். இந்த அமைப்பை ஒரு ஒளிப்படத்தில் எளிதாக வடிவமைக்க சற்று பயிற்சி தேவைப்படும்.
பல அடுக்குகள் கொண்டது 'தங்கச்சுழல்' அமைப்பு.

ஒளிப்படக்கட்டமைப்பு சிறப்பாக அமைய எளிமையான வழிகள்

- நீங்கள் தேர்வு செய்யும் சப்ஜெக்ட் (subject) அடிப்படையில்தான் ஒளிப்படக்கட்டமைப்பு செய்ய வேண்டும்.

- ஒரு உயரமான கட்டடம் அல்லது வேறு எதுவாயினும் ஒளிப்படச் சட்டகத்தில் பதிவு செய்ய விரும்பினால் ‘உயரத்தை’ உணர்த்த ஏதாவது ஒரு பொருளை சேர்க்க வேண்டும்.

  உதாரணம்: கட்டடத்தின் முன்பு கார் நிறுத்தப்பட்டிருந்தால் பார்வையாளர்கள் உயரத்தின் அளவுகோலை உணர்வார்கள்.

- சட்டகத்திற்குள் தேவையற்ற கூறுகளை தவிர்க்க நீங்கள் படமாக்கும் பொருளுக்கு அருகில் காமிராவைக் கொண்டு செல்லலாம். அல்லது ‘டெலி லென்ஸ்’ மூலமாகவும் பார்வைக்கோணத்தை கட்டுப்படுத்தலாம்.

- ‘க்ளோசப்’ பதிவைத்தவிர முடிந்த அளவு சட்டத்தின் நடுப்பகுதியில் உங்கள் கூறுகளை கட்டமைப்பதை தவிர்க்கப்பாருங்கள்.

- பொதுவாக, மனித முகங்களை (portraits) படமாக்கும்போது முடிந்த அளவு சட்டகத்தின் முழு பகுதியையும் பயன்படுத்துங்கள் (fill in the frame).

- பார்க்கும் காட்சிகளை கோடுகளின் அடிப்படையில் மனதில் பதிய வைக்கவும், சமநிலைக்கோடுகள், செங்குத்தான கோடுகள், மூலைவிட்டக்கோடுகள் ஆகிய கோடுகளின் இணைப்புகளை கட்டமைக்கப் பாருங்கள்.

- காமிராவை எந்த கோணத்தில் வைத்துப் படமாக்க வேண்டும் என்பதை முடிவு செய்யுங்கள்.

1. டாப் ஆங்கிள் (top angle)
2. தரைப்பார்வை (ground view)
3. லோ ஆங்கிள் (low angle)

- காமிராவின் சட்டகத்தினுள் நீங்கள் படமாக்கப்போகும் கூறுகளை ஒரு சட்டகமாக உள்ளே இணைத்துப் படம்பிடிப்பது (framing within a frame).

உதாரணம்:

1. ஜன்னல் வழியாக அகன்ற வெளி (இதில் ஜன்னல் சட்டகமாக தோன்றும்),
2. கட்டடத்தை மரக்கிளைகள் படர பதிவு செய்வது.(இதில் கிளைகள் சட்டகமாக செயல்படும்).

- படமாக்கப்போகும் பின்னணியை (background) மிகவும் கவனமாக தேர்வு செய்யுங்கள். சில நல்ல ஒளிப்படங்கள் பின்னணியில் உள்ள சம்பந்தமில்லாத கூறுகளால் பாதிக்கப்படும்.

1/3 விதியை எளிதாக பயன்படுத்த

உதாரணம்: கடற்கரை

வானத்தில், அதிகம் ஈர்க்கும்படி எதுவுமில்லை. கரையில் சிறப்பான 'சப்ஜெகட்' கிடைக்கும்போது தொடுவானக் கோடுகளை சட்டகத்தின் மேலே அமைக்க வேண்டும். கடற்கரை பகுதி அதிக முக்கியத்துவம் பெறும்

வானத்தில் 'சூரியன் மறையும்' அருமையான பதிவுக்கு அடிவானக் கோடுகளை சட்டகத்தின் கீழ்ப்பகுதியில் கட்டமைத்தால் வானப்பகுதிக்கு சட்டகத்தில் அதிகமான இடம் கிடைப்பதால் .பார்வையாளர்களின் கண்கள் சூரியன் மறையும் காட்சிக்கே செல்லும்.

ஒரு காட்சியைப் பதிவு செய்யும் முன் ஒரு கலைஞராக நமக்கு எழ வேண்டிய முக்கிய கேள்விகள்

o நாம் எதை படமாக்கப் போகிறோம்?

o   அதை எந்த பகுதியில் கட்டமைக்க வேண்டும்?

o   தேர்வு செய்த 'சப்ஜெகட்' டுக்கு உறுதுணையாக எவ்வகைக் கூறுகளை இணைக்கப்போகிறோம்?

இக்கேள்விகளை என்றும் மனதில் கேட்டுக்கொண்டே இதற்கான விடைகளை பதிவு செய்வதில் கண்டறியும்போது சிறந்த கட்டமைப்பு கிடைக்கும்.

- மனிதர்களைப் படமாக்கும்போது சட்டகத்தில் அவர்களின் முகம் பார்க்கும் திசையில் அதிக இடைவெளி அளித்தால் சிறப்பாக இருக்கும்.

- அதே போல நாம் படமாக்கும் 'கூறுகள்' எந்த திசை நோக்கி பயணிக்கிறதோ அதற்கு சட்டகத்தில் வெற்றிடத்தைக் கொடுக்க வேண்டும்.

- நிறங்களின் மூலமாகவும் ஒளிப்படக்கட்டமைப்பை மேம்படுத்தலாம்.

    உதாரணம்: சட்டகத்தில் முழுக்க அனைவரும் ஒரே நிறத்தில் இருக்க அதில் ஒருவர் மட்டும் வேறுபட்ட நிறத்தில் இருந்தால், அது பார்வையாளர்களை ஈர்க்கும்.

- சட்டகம் முழுக்க 'முட்டைகள்' வரிசையாக அடுக்கப்பட்டு அதில் ஒரு முட்டை மட்டும் மேல் பகுதி உடைந்து, சட்டகம் முழுக்க முட்டைகளின் வெண்ணிறத்தோற்றத்தால் நிரம்பியிருக்க உடைந்த முட்டையின் மஞ்சள் நிறம் ஆச்சர்யத்தை ஏற்படுத்தும். இந்த நிறவேறுபாடுகள் மிகவும் பிரசித்தி பெற்ற ஒளிப்படப்பதிவுகளாகும்.

ஒளிப்படப்பதிவு கட்டமைப்பில் இவற்றின் பயன்கள்:

- கோடுகள்: கண்களை கூறுகளுக்கு இட்டுச்செல்லும் காட்சிப்பாதை.

- வடிவம்: கோடுகளின் இணைப்பால் உருவாகிறது. வடிவத்தின் மூலம் விஷுவல் தன்மையை அறிய உதவுகிறது.

- நிறம்: அதன் சாயல்கள் (hues) பல்வேறு தன்மையுடன்.
- தொனி: வடிவத்தை வலியுறுத்தப் பயன்படுகின்றன.
- டெப்த்: பார்வையாளர்களுக்கு தூரத்தை உணர்த்தவும் காட்சிகளின் கூறுகளை முன்புறமாகவும் பின்புறமாகவும் பிரிப்பதற்கு உதவும்.

மறுகட்டமைப்பு (Cropping)

ஒளிப்படம் பதிவுசெய்த பின் அக்காட்சிகளைப் பார்த்த பிறகு மீண்டும் நம் விருப்பத்திற்கு ஏற்றாற்போல் 'மறுகட்டமைப்பு' செய்யும் முறையே க்ராப்பிங் (cropping) என்று அழைக்கப்படுகிறது.

இன்றைய நவீன கணிணிகளிலும் செல்.ஃபோன்களிலும் 'மென்பொருள்' மூலம் ஒளிப்படத்தை எளிதாக மறுகட்டமைப்பு செய்ய முடியும்.

அப்படி 'மென்பொருள்' மூலம் மறுகட்டமைப்பு செய்வது ஒளிப்படக் கலைஞர்களுக்கு தாங்கள் பதிவு செய்த காட்சியை மேம்படுத்தக் கிடைக்கும் இரண்டாவது வாய்ப்பாகும்.

நீங்கள் மறுகட்டமைப்பு செய்த ஒளிப்படத்தை பிரிண்ட் செய்வீர்கள் என்றால் அதற்கேற்றவாறு அளவுகோலை தேர்வு செய்ய வேண்டும்.

****

இயற்கை ஒளியில் ஒளிப்படப்பதிவு

4

PHOTOGRAPHING IN NATURAL LIGHT

பகுதி - 4

இயற்கை ஒளியில் ஒளிப்படப்பதிவு
(Photographing in Natural Light)

காமிரா வைத்துள்ளவர்கள் பெரும்பாலும் அதிகம் இயற்கை ஒளியை மையப்படுத்தியேதான் ஒளிப்படப்பதிவை செய்கிறார்கள்.

இயற்கை ஒளியில் படமாக்குவது என்பது எளிதாக இருந்தாலும் அதன் தன்மையை அறியாவிட்டால் நாம் எதிர்பார்க்கும் பலனை அடைய முடியாது.

இயற்கை ஒளியானது, சூரிய வெளிச்சத்தை அடிப்படையாக கொண்ட போதிலும் பல்வேறு காரணிகள் அதன் தன்மையை வேறுபடுத்துகிறது.

- படமாக்கப் போகும் நேரம் (time of the day).
- காமிராவை இயக்கும் திசை (camera direction) மற்றும்,
- வானிலை (weather).

இயற்கை ஒளியின் பொதுவான குணாதிசயத்தை அறிவோம்.

காலை மற்றும் மாலை நேர வெளிச்சம் (early morning and evening)

ஒளியானது கொஞ்சம் செந்நிறத்தன்மையுடன் (warmer) காணப்படும். நேரடியான இந்த வெளிச்சம் கொஞ்சம் உயர்வான கோணத்திலிருந்து வருவதால் படமாக்கும்போது மென்மையான நிழல் படரவும் வாய்ப்புண்டு.

காலை மற்றும் மாலை நேரங்களில் நல்ல வெளிச்சம் இருந்தாலும் அதிகாலை மற்றும் அந்திசாயும் நேரங்களில் இருப்பது போல செந்நிறத்தன்மை இருக்காது. அதே போல மென்மையான வெளிச்சமும் கிடைக்காது. ஆனால் இவ்வேளைகளில் வானம் பொதுவாக நீல நிறத்துடன் காணப்படும்.

படமாக்கும் கூறுகள் அதிக காண்ட்ராஸ்ட் (high contrast) தன்மையுடன் இருக்கும்.

காலை மற்றும் மாலை நேரங்களில் கட்டடங்கள், சமவெளிகள் ஆகியவற்றை நேரடி வெளிச்சத்தில் (direct sunlight) படமாக்கலாம்.

மனிதர்களை பதிவு செய்யும்போது, வெளிச்சத்திற்கு எதிர்ப்புறமாக அவர்களை வைத்து பதிவு செய்தால் அழகான பின் ஒளி (back lighting) கிடைக்கும். முகத்திற்கு ஃப்ளாஷ் அல்லது வெண்ணிற அட்டைகள் (thermocole) மூலமாக வெளிச்சம் பாய்ச்சலாம்.

அதிகாலை மற்றும் சூரிய அஸ்தமனம் (Sunrise and Sunset)

பெரும்பாலும் ஒளிப்படக்கலைஞர்கள் படமாக்க விரும்பும் நேரங்கள் அதிகாலை மற்றும் சூரியாஸ்தமனத்தின் போதும்தான். இதை ‘கோல்டன் ஹவர்’ (goldern hour) என்று கூறுவார்கள். காரணம், ஒளியின் தன்மை சிறப்பாக இருந்தாலும் குறைந்த நேரத்தில் மறைந்துவிடும்.

Dawn

Dawn

ஒளியானது நல்ல செந்நிறத்தன்மையுடன் உள்ள மென்மையான வெளிச்சம் அழகான ஒளிப்படங்களை உருவாக்க உதவுகிறது.

விடியற்காலை / அந்தி வெளிச்சம் (Dawn / Twilight)

சூரிய உதயத்திற்கு அரை மணி நேரம் முன்பும் அதே போல சூரிய அஸ்தமனத்திற்கு அரை மணி நேரம் கழித்தும் கிடைக்கும் ஒளி பலவித நிற ஜாலங்களை நிகழ்த்தக்கூடியது.

Twilight

மிக மென்மையான நிழல் படியாத ஒளி அமைப்புதான் இதன் சிறப்பு.

ஒளியானது வானத்தின் பிரதிபலிப்பிலிருந்து (sky reflection) வருவதால் அதன் ஒளி அமைதியான தன்மையை படமாக்கும் கூறுகளுக்கு கொடுக்கிறது.

வானத்தில் மென்மையான சிவப்பு, நீலம், ஊதா நிறங்களை படிப்படியாகக் காணலாம்.

இவ்வேளைகளில் ஒளி குறைவாக இருப்பதால் காமிராவை அசைவின்றி படமாக்க வேண்டும். ஏனெனில் குறைவான 'ஷட்டர் ஸ்பீட்' இயக்கத்தால் காமிரா அதிர்வு (camera shake) வர வாய்ப்புண்டு.

மதிய நேரம் (mid day)

இதை "டாப் லைட்" (top light) என்று கூறுவார்கள். ஒளி மிகவும் பளீரெனப் படரும். மனித முகங்களில் கண் இமைகளுக்கு கீழே நிழல் படரும் போன்ற காரணங்களால் பலர் இந்த நேரத்தில் படமாக்குவதை தவிர்த்துவிடுகிறார்கள்.

எனினும், மதிய நேரத்தில் நீர் நிலைகளில் அற்புதமான ஒளிப் பிரதிபலிப்பை ஏற்படுத்த வாய்ப்புள்ளதால் நல்ல பதிவுகள் கிடைக்கவும் வாய்ப்புண்டு.

மதிய நேரத்தில் வெளிப்புறக் காட்சிகளை பதிவு செய்யும்போது "போலரைசிங் ஃபில்டர்"(polarizing filter) பயன்படுத்தினால் சிறப்பான பதிவு கிடைக்கும்.

போலரைசிங் ஃபில்டர் தேவையற்ற ஒளிச்சிதறல்கள் மூலம் வரும் பாதிப்பைக் குறைக்கிறது. வானத்தை மேலும் நீல நிறமாக்குகிறது.

மேகமூட்டம்

நேரடியான சூரிய வெளிச்சமில்லாமல் ஒளியானது வானம் முழுவதும் பரவி மிகவும் மென்மையான குளிர்ச்சியான அதே போல சம அளவில் ஒளி கிடைப்பதால் நல்ல வண்ணச் செறிவை (color saruration) அடைய முடிகிறது.

Cloudy day

மேகமூட்டத்துடன் இருக்கும்போது க்ளோசப் காட்சி சிறப்பாக அமையும். குறிப்பாக, பூக்கள், விலங்குகள், முகங்கள் (portraits) ஆகியவற்றைப் பதிவு செய்வதற்கு ஏற்றது

ஒளிப்படப்பதிவில் சில தட்ப வெப்ப சூழ்நிலைக்கு ஏற்றவாறு நாம் எப்போதும் தயாராக இருக்க வேண்டும். குறிப்பாக, மழை, காற்று, பனி ஆகியன ஆச்சர்யங்களை நிகழ்த்தக்கூடியது.

மழை

மழையில் படமாக்கும்போது காமிராவைக் கையாள்வது மிகவும் முக்கியமானது. தற்போது தண்ணீர் புகாத காமிரா உறைகள் (water proof camera covers) கிடைக்கின்றன.

Rainy day

இல்லாவிட்டால் காமிராவை பாதுகாக்க குடை, ப்ளாஸ்டிக் உறைகளையும் பயன்படுத்தலாம். அல்லது பாதுகாப்பான இடங்களிலிருந்தும் பதிவு செய்யலாம்.

உதாரணம்: கார், பஸ், மண்டபம் ஆகியன.

மழையின் போது,

- குழந்தைகள் விளையாடுவது.
- மழைத்துளி படிந்த கண்ணாடி வழியாக சாலைகள்.
- மழைநீர் வீட்டின் கூரையிலிருந்து வழிந்து செல்வது.
- ஈரம் படிந்த தெருக்கள்.
- பூக்கள், சமவெளிகள்.

போன்றவை படமாக்க வேண்டிய சில நிகழ்வுகள்.

Rain

Rain Image

மழையின்போது 'ஷட்டர் வேகத்தை' 1/60 செட்டிங் வைக்கலாம். அதனால் மழைத்துளி சரியாக பதிவாகும். அப்ரேச்சர் திறப்பை F5.6 அல்லது F8 வைத்தால் நல்ல டெப்த் கிடைக்கும். மழையின்போது ஒளி குறைவாக இருக்கும் ஐ.எஸ்.ஓ. 200, 500 ஆகிய செட்டிங் பொருத்தமாக இருக்கும்.

பனி

ஒளிப்படப்பதிவில் மிகவும் கடினமானது 'பனி' யை சரியாகப் பதிவு செய்வது.

'பனி' ஒளியைப் படரச் செய்கிறது. நம் கண்களுக்கு மிகவும் குறைந்த ஒளி இருப்பதுபோல் உணர்வோம். ஆனால் காமிராவுக்கு பனியின் மூலம் ஒளி படர்ந்து இருப்பதால் அது போதுமானதாக இருக்கும்.

Snow

ஒளி குறைவாக இருப்பதால் உங்கள் ஒளி அளவை காமிராவிற்கு அதிகம் சேர்த்து விடக்கூடாது.

முடிந்த அளவு அப்ரேச்சர் அளவை F/4 அல்லது F5.6 இருந்தால் கொஞ்சம் நல்ல டெப்த் கிடைக்கும். அதனால் பனி படர்ந்து இருந்தாலும் காட்சியின் கூறுகள் சரியாக பதிவாகி இருக்கும்.

Mist

காலையின் பனி மட்டுமல்ல, இரவு நேரத்து சோடியம் விளக்குகள் உள்ள தெருவும் கூட பதிவு செய்வதற்கான சிறப்பான சப்ஜெக்ட்தான். இம்மாதிரியான நேரங்களில் ஐ.எஸ்.ஓ 800, 1000 செட்டிங் சரியாக இருக்க வாய்ப்பிருக்கிறது.

பனிக்காலங்களில், உங்கள் காமிராவின் லென்ஸ் ஈரப்பதம் ஆகிவிடும் வாய்ப்பிருக்கிறது. அதனால், அதற்கென பிரத்தியேகமாகத் தயாரிக்கப்பட்ட மென்மையான லென்ஸ் டிஷ்யூ (lens tissue) கொண்டு துடைக்கவும்.

Mist Image

ஜன்னல் ஓரம்

பாலு மகேந்திரா அவர்களின் திரைப்படங்களில் ஜன்னல் ஓரத்தில் கதாபாத்திரங்களை மையப்படுத்தி அருமையான ஒளியமைப்பில் படமாக்கிய காட்சிப் படிமங்களை யாராலும் எளிதில் மறக்க இயலாது.

Window

பல ஒளிப்படக்கலைஞர்கள் ஜன்னல் ஓரத்திலிருந்து வரும் ஒளியை திறம்பட உபயோகித்து அற்புதமான உருவப்படங்களை (portraits) பதிவு செய்துள்ளார்கள்.

ஜன்னல் ஓரத்திலிருந்து வரும் ஒளியானது கடுமையாக இல்லாமல், மென்மையாக படரும். நாம் படமாக்கப்போகும் உருவங்களையோ பொருளையோ பதிவு செய்யும் போது, ஒரு பக்கத்தில் அழகான வெளிச்சமும் அப்படியே மென்மையான நிழலும் படரச் செய்யும். அந்நிழல் தேவையில்லை என்றால் விளக்குகள் அல்லது வெண்ணிற அட்டை(thermocole/white reflector) மூலம் ஒளியை நிரப்பலாம் (fill in the shadows).

வடக்கிலும் தெற்கிலும் அமைப்புள்ள ஜன்னல் வெளிச்சம், நேரடி சூரிய ஒளி படராமல் பிரதிபலிப்புள்ள வெளிச்சம் வரும். அதுவே சிறப்பாக இருக்கும்.

ஒளியின் அளவை தீர்மானிக்க ஐ.எஸ்.ஓ. உயர் எண் தேர்வு செய்யலாம் (500, 800).

அப்ரேச்சர்: F/2, 2.8, 4

ஷட்டர் இயக்கம்: 1/60, 1/125

Window still Ball Pen film

இயற்கை ஒளியில் படமாக்கும்போது கவனிக்க வேண்டிய குறிப்புகள்

- ஐ.எஸ்.ஓ. எண் உயர்த்துங்கள் (அதிக ஒளி உணர்திறன்).

- அதிக ஒளியை அனுமதிக்கும் '∴பாஸ்ட் லென்ஸ்', நல்ல பலன் தரும் (F/1.4).

- காமிராவில் இருக்கும் 'இமேஜ் ஸ்டெபிலைஷேசன்' (image stabilization) செட்டிங் உபயோகிக்கவும். சின்ன காமிரா அதிர்வுகளை அது வடிகட்டிவிடும்.

- ஒரு காட்சியை பதிவு செய்யும்போது ஒன்றிற்கு மேற்பட்ட பதிவுகளை (continuous clicks) செய்யவேண்டும். அதில் ஏதாவது ஒன்று திருப்திகரமாக இருக்கும்.

- வெளிச்சத்திற்கு நேரடியாக, அதாவது சப்ஜெக்டிற்கு 'பின் ஒளியில்' (back lighting) படமாக்க முயற்சி செய்யுங்கள்.

- கட்டடங்கள், கலைச்சிற்பங்கள் ஆகியவற்றைப் படமாக்கும்போது பக்கவாட்டு ஒளியைப் (side lighting) பயன்படுத்தினால் அதன் அமைப்புகள் (texture) வெளிப்படும்.

- சிறிய பாக்கெட் லைட் (pocket LED light) உடன் எடுத்துச் செல்லுங்கள். நிழற்பகுதியிலோ அல்லது பின் ஒளி அமைப்பில் படமாக்கும்போது முகத்திற்கு மென்மையான ஒளி தேவைப்படும். ∴ப்ளாஷ் வெளிச்சம், சில நேரங்களில் அதிக ஒளியைப் பாய்ச்சிவிடும்.

- போலரைசிங் (polarizing), யூவி (UV) ∴பில்டர்கள் மிகவும் பயன்படும். போலார் ∴பில்டர் (polar filter) தேவையில்லாத ஒளிச்சிதறல்களை (glare) வடிகட்டி நல்ல நிறத்தன்மையைக் கொடுக்கும்.

யூவி (UV filter) மலைப்பகுதி, நீர் நிலைகள் ஆகிய இடங்களில் படமாக்கும் போது கொஞ்சம் தேவையற்ற நீல நிறம் படிய வாய்ப்புள்ளது. லென்ஸ் முன் இவ்வகை ∴பில்டரைப்

- தானியங்கி முறையில் காமிராவை இயக்கும்போது, சரியான 'மோட்' தேர்வு செய்யுங்கள்.

  உதாரணம்: சமவெளி, மலைப்பகுதிகள், அகன்ற வெளியில் - லேண்ட்ஸ்கேப் மோட் (landscape mode) பயன்படுத்தவும்.

- உருவப்படங்களை படமாக்கும்போது 'போர்ட்ரெயிட்' (portrait) மோட் தேர்வு செய்துகொள்ளவும்.

****

ஃப்ளாஷ் போட்டோகிராபி

FLASH PHOTOGRAPHY

1
2
3
4
5
6
7
8
9
10
11
12
13
14
15
16

பகுதி - 5

ஃப்ளாஷ் ஃபோட்டோகிராஃபி
(Flash Photography)

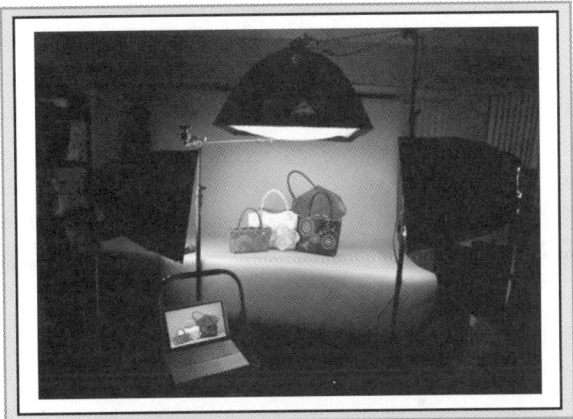

ஃப்ளாஷ் (flash) ஒளிப்படத்துறையில் ஒளி பாய்ச்சும் கருவியாக செயல்படுகிறது. அதன் ஒளித்தன்மை பகல் வெளிச்சத்திற்கு ஏற்றவாறு (அதாவது, 5500° கெல்வின்) வடிவமைக்கப்படுகிறது.

இன்றைய ஃப்ளாஷ் எலக்ட்ரானிக் முறையில் செயல்படுகிறது.

சில காமிராக்கள் ஃப்ளாஷ் காமிராக்களுடன் இணைக்கப்பட்டு வருகின்றன. மேலும், சில காமிராக்கள் அதன் மேல் பகுதியில் ஹாட் ஷூ (hot shoe) என்ற இடத்தில் தனியாக ஃப்ளாஷ் யூனிட் (flash unit) இணைக்கும்படியும் வருகிறது.

Hot Shoe

Flash Photogrphy

ஒளிப்படக்கலையின் ஆரம்பகட்ட நிலையிலேயே '∴ப்ளாஷ்' கருவி கண்டுபிடிக்கப்பட்டது. அதாவது, 1887ம் ஆண்டிலேயே மெக்னீசியம் மற்றும் பொட்டாஷியம் க்ளோரைட் (magnesium and potassium chloride) பவுடர்களை ஒரு தட்டில் வைத்து நெருப்பால் பற்ற வைக்கும்போது 'பளீர்' வெளிச்சம், புகை மற்றும் சத்தத்துடன் பாய்ச்சும். அதனால்தான் ஆரம்பம் முதல் 'புகைப்படக்கலை' என்று அறியப்பட்டு வந்தது.

∴ப்ளாஷ் ஒளிப்படக்கலையில், காட்சிகளைப் பதிவு செய்வதற்கு அதன் ஒளி முதன்மையான ஆதாரமாக உள்ளது.

∴ப்ளாஷ் கணக்கீடுகள் (flash metering) நாம் பதிவு செய்யும் முன்புறமாக உள்ள பொருளுக்கு (foreground) செய்யப்படுகிறது. சட்டகத்தில் உள்ள பின்னணி வெளிச்சத்தை வழக்கமான காமிராவின் பொதுவான மதிப்பீட்டில் இயங்குகிறது.

இந்த முறையில்தான், பொதுவாக ஒளி குறைந்த இடங்களில் ∴ப்ளாஷ் வெளிச்சம் காமிராவிலிருந்து இயக்கப்படுகிறது.

இதனால், சில நேரங்களில் பின்னணி இருளாகவும், ∴ப்ளாஷ் மூலம் ஒளி பாய்ச்சப்பட்ட சப்ஜெக்ட் அதிக ஒளியுடனும் பதிவாக வாய்ப்புள்ளது.

∴பில்-இன் ∴ப்ளாஷ் (fill in flash)

DIRECT SUNLIGHT, NO FILL FLASH   WITH FILL FLASH   WITH FILL FLASH (SET TO -1)

குறைந்த ஒளியின் போது மட்டுமே '∴ப்ளாஷ்' பயன்படுத்தவேண்டும் என்பதில்லை. அதிக வெளிச்சம் இருக்கும்போதும் பயன்படுத்தலாம். குறிப்பாக, நாம் உருவப்படங்களை 'பேக் லைட்டிங்' முறையில் வெளிப்புறத்தில் படமாக்கும்போது சட்டகத்தில் பொதுவாக பிரகாசமான வெளிச்சம் இருந்தாலும், நம்முடைய 'சப்ஜெக்ட்'டில் நிழல் படிந்திருப்பதைத் தவிர்க்க ∴ப்ளாஷ் மூலம் நிரப்பும் நுட்பமே ∴பில்-இன் எனப்படும். இந்த பிரபலமான நுட்பம் மிகுந்த பலன் தரக்கூடியது.

∴ப்ளாஷ் ஒத்திசைவு (X-sync) வேகம்

■ Guide Number table

Guide No. at manual exposure mode (ISO 100 in meters/feet)

Zooming Position	Flash Power Level					
	Full	1/2	1/4	1/8	1/16	1/32
24mm	18/59	12.7/42	9/29	6.4/21	4.5/15	3.2/10
28mm	20/65	14/46	10/33	7/23	5/16	3.5/12
35mm	22/72	16/52	11/36	7.8/26	5.5/18	4/13
50mm	24/79	18/59	12.7/42	9/29	6.4/29	4.5/15
70mm	27/88	19/62	13.5/44	9.5/31	6.7/31	4.7/15.5
85mm	30/98	21/69	15/49	10/33	7/23	5/16
105mm	33/108	23/75	16.5/54	11/36	8/26	5.6/18

Shutter in Flash

ஒவ்வொரு காமிராவின் ஷட்டர் இயக்கமும் கொஞ்சம் வேறுபடும். ஒரு குறிப்பிட்ட ஷட்டர் வேகத்தில் ஃப்ளாஷ் வெளிச்சமானது முழுமையாக சென்சாரில் பதிவாகும். அந்த ஒத்திசைவுதான் 'எக்ஸ்-சிங்க்' எனப்படுகிறது. பொதுவாக, டி.எஸ்.எல்.ஆர். காமிராக்களில் 1/125 நொடி நேரம் ஃப்ளாஷ் ஒத்திசைவு வேகமாக இருக்கிறது.

தானியங்கி முறையில் காமிராவில் ஃப்ளாஷ் இயக்கம்

ப்ரோக்கிராம் மோட் (P)

இயற்கை ஒளி அதிகமிருந்தால், (குறிப்பாக, பகல் நேரத்தில்) காமிராவானது "ஃப்ளாஷ் செட்டிங்" கை குறைவான வெளிச்சம் பாய்ச்சும் வேகத்திற்கு அமைத்துக்கொள்கிறது.

நாம் படமாக்கும் இடத்தில் ஒளி குறைவாக இருந்தால் காமிரா, அதன் ஃப்ளாஷ் செட்டிங் கை அதிக வெளிச்சம் பாய்ச்சுவதற்கு அதன் ஒத்திசைவு வேகத்தை 1/60 நொடிக்கு அமைத்துக்கொள்கிறது. இதனால் பின்னணி இருட்டாகவும் வாய்ப்பிருக்கிறது.

அப்ரேச்சர் விருப்பமுறை (AV) ஃப்ளாஷ் இயக்கம்

நாம் அப்ரேச்சர் திறப்பை தீர்மானித்துவிடுவதால், காமிரா ஷட்டர் இயக்கத்தை 1/30 நொடி வேகத்திலிருந்து ஃப்ளாஷ் ஒத்திசைவு வேகம்வரை மாற்றியமைத்துக் கொள்கிறது. இந்த முறையில் ஃப்ளாஷ் அதிக ஒளியைப் பாய்ச்சாமல் தேவைக்கேற்ப அமைத்துக்கொள்ளும்.

ஷட்டர் விருப்ப முறையில் (TV) ஃப்ளாஷ் இயக்கம்

ஷட்டர் வேகத்தை நாம் தீர்மானிப்பதால் அப்ரேச்சர் அளவை காமிராவே செயல்படுத்திவிடும். ஃப்ளாஷ், ஷட்டர் வேகத்திற்கு தகுந்தவாறு செயல்படும். ஆனால், ஒத்திசைவு வேகத்திற்கு அப்பால் இயங்க வாய்ப்பில்லை.

ஷூ மவுண்ட் (Shoe Mount)

டி.எஸ்.எல்.ஆர். காமிராக்களில் மேல் பகுதியில் ஃப்ளாஷ் யூனிட் பொருத்தும் இடம்தான் ஹாட் ஷூ மவுண்ட் (Hot shoe mount).

டி.டி.எல். / ஐ.டி.டி.எல். / இ.டி.டி.எல். / ப்ளாஷ்

TTL

ஃப்ளாஷ் ஃபோட்டோகிராஃபி பிரபலமடைந்து வந்த ஆரம்பகாலம் முதல், டி.டி.எல். (TTL) - Through the lens metering அதாவது 1980களிலிருந்து இம்முறை பயனில் இருந்தது.

டி.டி.எல். என்ற ஃப்ளாஷ் தொழில்நுட்பத்தை பிரபல காமிரா தயாரிப்பு நிறுவனமான 'நிக்கான்' அறிமுகப்படுத்தியது.

ஷட்டர் பொத்தானை அழுத்தியவுடன் ஃப்ளாஷிலிருந்து ஒளி, படமாக்கும் சப்ஜெக்ட் மீது பட்டு அப்படியே திரும்பவும் காமிராவின் லென்ஸ் வழியாக ஃபிலிம் தளத்தில் வந்தடைகிறது.

அதே நேரத்தில் காமிராவினுள் அவ்வொளியை கணக்கிட்டு சரியான ஒளி அளவை நிர்மாணித்துவிட்டு ஃப்ளாஷ் ஒளியை அணைத்துவிடுகிறது. மேற்சொன்னவை அனைத்தையும் நொடிக்கும் குறைவான நேரத்தில் நிகழ்த்திவிடுவதால் இந்த தொழில்நுட்பம் மேன்மை வாய்ந்ததாகக் கருதப்படுகிறது.

டி.டி.எல். ஃப்ளாஷ் கொண்டு மரத்தில் இருக்கும் 'பறவைக் கூட்டை' போதிய ஃப்ளாஷ் ஒளி பாய்ச்சி படமாக்கலாம்.

டி.டி.எல். ஃப்ளாஷ் அறிமுகமான பிறகு 'வனவிலங்கு ஒளிப்படக்கலையில்' (wildlife photography) அது மிகவும் பயன்பெறத் தொடங்கியது.

டி.டி.எல். ஃப்ளாஷ் முறை ஃபிலிம் பயன்படுத்தி ஒளிப்படப்பதிவு செய்யும்போது மிகவும் பிரபலமாக இருந்தது. இன்று டிஜிட்டல் காமிராக்கள் டி.டி.எல். தொழில்நுட்பத்தை அடிப்படையாகக் கொண்டு வேறு சில ஃப்ளாஷ் முறைகள் பயனில் உள்ளன.

டி.டி.எல். ஃப்ளாஷ் தொழில்நுட்பம் காமிராவுக்கும், சப்ஜெக்ட் உள்ள தூரத்தை அடிப்படையாகக் கொண்டு இயங்குவதில்லை. மாறாக, நாம் அமைக்கும் அப்ரேச்சர் திறப்பு அளவையும் அடிப்படையாகக் கொண்டு வெளிச்சத்தைப் பாய்ச்சுகிறது.

இன்று பிரபலமாக இருக்கும் ஃப்ளாஷ் யூனிட்டுகள்

கேனான் இ - டி.டி.எல். (E-TTL)

நிக்கான் ஐ - டி.டி.எல். (I- TTL)

பென்டாக்ஸ் பி - டி.டி.எல். (P- TTL)

கேனான் நிறுவனத்தின் இ.டி.டி.எல். முறையில் காமிரா பொத்தானை அழுத்தியவுடன் முன் ஒளியை படரச்செய்து அதன் மூலம் “சப்ஜெக்ட்” தேவையான ஒளியை சென்சார் மூலம் மதிப்பீடு செய்தபின் உடனடியாக ஃப்ளாஷ் ஒளியை முழுமையாகப் பாய்ச்சுகிறது.

இ டி.டி.எல். II (E TTL II)

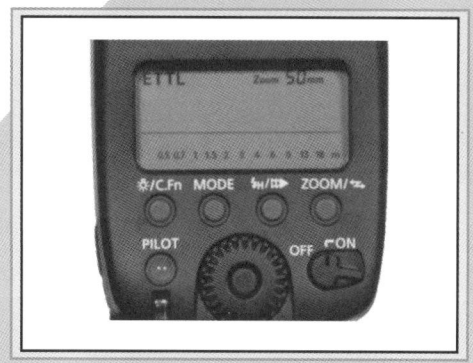

இயல்பான ஃப்ளாஷ் ஒளியை கொடுப்பதே இ-டி.டி.எல். முறையின் வெற்றியாகும். இதில் நாம் படமாக்கும் சப்ஜெக்ட் மற்றும் காமிராவின் தூரத்தை மதிப்பீடு செய்கிறது. அதோடு படமாக்கும் இடத்தில் உள்ள வெளிச்சத்தையும் முன் ஏற்பாடு (pre flash light) வெளிச்சத்தையும் மொத்தமாக மதிப்பீடு செய்து ஃப்ளாஷ் ஒளி பாய்ச்சப்படுகிறது.

I-டி.டி.எல். (I-TTL)

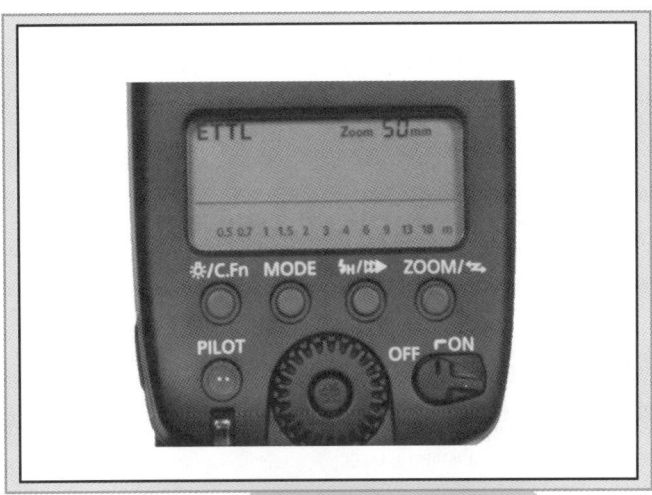

நிக்கான் நிறுவனத்தின் தொழில்நுட்பமான இதை "நுண்ணறிவுள்ள" டி.டி.எல். அமைப்பாக அறிமுகப்படுத்தியது.

ஐ-டி.டி.எல். II போலவே முன் ஒளியைப் பாய்ச்சி அதன் மூலம் காமிராவிற்குள் வரும் ஒளியையும் வெளியே இருக்கும் ஒளியையும் மற்றும் ஒளி பாய்ச்ச வேண்டிய தூரத்தை கணக்கிடுகிறது. ஐந்து பாகம் (five segment) கொண்ட ஃப்ளாஷ் சென்சார் படமாக்கும் 'சப்ஜெக்ட்' அனைத்து செய்திகளையும் மதிப்பிட்டு ஃப்ளாஷ் ஒளியைப் பாய்ச்சுகிறது.

∴ப்ளாஷ் யூனிட் பாகங்கள்

பாட்டரி

ஒளியை பாய்ச்சுவதற்குத் தேவைப்படும் சக்தியை பாட்டரிகள் கொடுக்கின்றன. அதன் மதிப்பீடு 1.5 வோல்ட் (volt). ஏஏ (AA) ரக பாட்டரிகள்தான் அதிகம் பயன்படுத்தப்படுகின்றன.

கெபாசிட்டர் (Capacitor)

∴ப்ளாஷ்களில் இரண்டு கெபாசிட்டர்கள் இருக்கும். இவை பாட்டரியிலிருந்து மின்சார சக்தியை சேமிக்கிறது.

டிரான்ஸ்∴பார்மர் (transformer)

இந்த சாதனமானது 300 வோல்ட்டிலிருந்து 1000 வோல்ட் வரை சக்தியை உயர்த்தி ∴ப்ளாஷ் பல்புக்கு அளிக்கிறது.

லைட் பல்ப் (light bulb)

சிலிண்டரில் ஜெனான் காஸ் அடைக்கப்பட்டிருக்கும். ஒரு கெபாசிட்டரிலிருந்து மின் சக்தி பல்புக்கு அனுப்பப்பட்டு அது ∴போட்டரின் (photon) களாக வடிவம் பெற்று ஒளியாகப் பாய்ச்சுகிறது.

Bulb

ஒளிக் கணக்கீடுகள் (light metering with flash)

ஏற்கனவே கூறியபடி காமிராவிலிருந்து நாம் படமாக்கும் "சப்ஜெக்ட்" டிற்கு மெல்லிய ஒளியை அனுப்பி அதன் மூலம் தேவையான ஒளி கணக்கிடப்பட்டு '∴ப்ளாஷ் ஒளி' பாய்ச்சப்படுகிறது.

கைட் எண்கள் (guide numbers GN)

■ **Guide Number table**

Guide No. at manual exposure mode (ISO 100 in meters/feet)

Zooming Position	Flash Power Level					
	Full	1/2	1/4	1/8	1/16	1/32
24mm	18/59	12.7/42	9/29	6.4/21	4.5/15	3.2/10
28mm	20/65	14/46	10/33	7/23	5/16	3.5/12
35mm	22/72	16/52	11/36	7.8/26	5.5/18	4/13
50mm	24/79	18/59	12.7/42	9/29	6.4/29	4.5/15
70mm	27/88	19/62	13.5/44	9.5/31	6.7/31	4.7/15.5
85mm	30/98	21/69	15/49	10/33	7/23	5/16
105mm	33/108	23/75	16.5/54	11/36	8/26	5.6/18

ஒவ்வொரு ஃப்ளாஷ் யூனிட்டிலும் அதற்கான கைட் எண்கள் இருக்கும். அவை ஒளியின் அளவை மதிப்பீடு செய்வதற்கு உதவும்.

கைட் எண் 100 ஐ.எஸ்.ஓ. விற்கு ஒப்பிடப்பட்டு மீட்டரில் குறிப்பிடப்படுகிறது.

சப்ஜெக்டிற்கு போதுமான ஒளி அடையும் தூரத்தை கணக்கிடுவதற்கான *Formula*

ஒளி அடையும் தூரத்தை கணக்கிட= கைட் எண் / அப்ரேச்சர் எண்.

உதாரணம்: கைட் எண் 42 என்றால், அப்ரேச்சர் எண் 4 வைத்தால் 42/4 = 10.5 மீட்டர் ஃப்ளாஷ் ஒளி சரியாக இருக்கும்.

கைட் எண்கள் சில சமயங்களில் ‘அடி’ கணக்கிலும் வரும். கைட் எண் அதிகமாக அதிகமாக, ஃப்ளாஷ் ஒளி பாய்ச்சும் திறனும் அதிகமாகும்.

∴ப்ளாஷ் எக்ஸ்போஸருக்கு (ஒளி அளவு மதிப்பீடு) துணை சேர்க்கும் முக்கியமானவை:

1. அப்ரேச்சர்,

2. ஐ.எஸ்.ஓ.

3. காமிரா தூரம்.

இதில் 'அப்ரேச்சர்' திறப்புதான் முக்கியமானது. அதுதான் எவ்வளவு ஒளி லென்ஸினுள் செல்ல வேண்டும் என்று முடிவு செய்கிறது. பொதுவாக, குறைந்த எண் (F) அப்ரேச்சர் பயன்படுத்தினால் சரியான பலன் கிடைக்கும்.

ஐ.எஸ்.ஓ. எண்கள் கூடக்கூட காமிராவின் ஒளி உணர்திறன் அதிகரிக்கும். அதனுடன் ∴ப்ளாஷ் வெளிச்சமும் கூடும். ஐ.எஸ்.ஓ. எண்களை இரட்டிப்பாக்கினால் ISO 100 அடுத்து ISO 200 ∴ப்ளாஷ் கைட் எண் (GN) 1:4 மடங்கு அதிகரிக்கும்.

காமிரா / சப்ஜெக்ட் தூரம்

கைட் எண் உபயோகித்து காமிராவிற்கும் சப்ஜெக்ட்டுக்கும் இருக்கும் இடைவெளி ∴ப்ளாஷ் ஒளியின் தன்மையை மாற்றக்கூடியது. அதனால் பொதுவாக, திறனின் அடிப்படையிலேயே படமாக்கும் தூரத்தை முடிவு செய்யவேண்டும்

பல்வேறு ஃப்ளாஷ் ஃபோட்டோகிராஃபி அமைப்புகள்

· தானியங்கி ஃப்ளாஷ் (Auto flash): ஆரம்பநிலை ஒளிப்படம் எடுப்பவர்களும் மிகவும் எளிதாக இயக்க முடியும். இதில் காமிராவே ஒளியின் தன்மை அறிந்து ஃப்ளாஷ் வெளிச்சம் தேவையா இல்லையா என்று முடிவு செய்து கொள்ளும்.

ரெட் ஐ (Red eye)

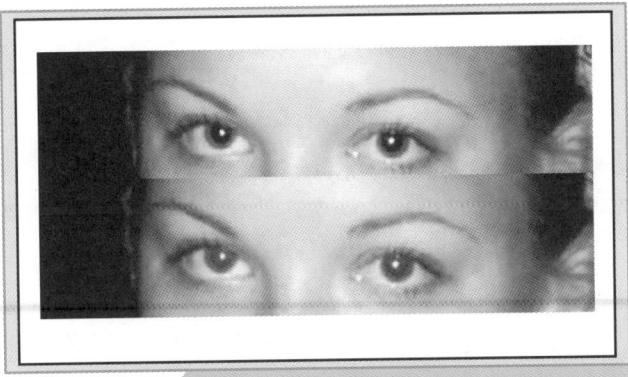

சில சமயங்களில் மிகவும் இருட்டான பகுதியில் மனிதர்களைப் படமாக்கும்போது 'கண்களில்' தேவையில்லாத மினுப்பு பதிவாகிவிடும். அதனால் இன்றைய டிஜிட்டல் காமிராக்களில்'ரெட் ஐ யைத் தவிர்க்கும்' மோட் (red eye reduction) உள்ளது.

ஜூம் ஃப்ளாஷ் (Zoom flash)

நவீன ஃப்ளாஷ் தயாரிப்புகளில் நாம் தேர்வு செய்யும் லென்ஸ் பார்வைக் கோணத்திற்குத் தக்கவாறு ஃப்ளாஷ் ஒளி படரும் வகையில் உருவாக்கப்படுகிறது. வைட் லென்ஸ் உபயோகிக்கும்போது ஃப்ளாஷ் ஒளி பரந்து விரிந்து ஒளி படரும். அதே டெலி லென்ஸ் உபயோகிக்கும்போது ஃப்ளாஷ் ஒளி அகலமற்ற தன்மையுடன் நேரடியாக சப்ஜெக்ட்டுக்கு செல்லும் வண்ணம் பாய்ச்சும்

ஸ்லேவ் ∴ப்ளாஷ் (Slave flash)

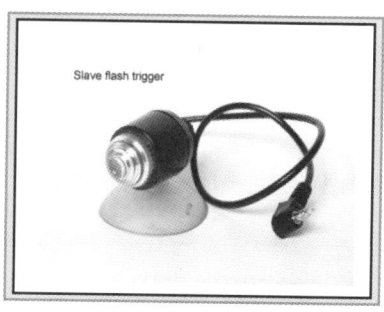

ஒரு ∴ப்ளாஷ் இயக்கத்திற்கு இணைப்பாக இன்னொன்று ஒரே நேரத்தில் ஒளி பாய்ச்சுவது. கேபிள் (wire) மூலம் அல்லது ரிமோட்/சென்சார் மூலமாக இயக்கலாம். ஸ்லேவ் ∴ப்ளாஷ் ஷை மிகவும் எளிமையாக பயன்படுத்தலாம். ஒரு ∴ப்ளாஷ், காமிராவின் 'ஹாட் ஷு' மீது வைத்துவிட்டு மற்ற ∴ப்ளாஷ்களை அதன் 'சென்சார்' வரையறுக்கப்பட்ட தூரத்திற்கு எங்கு வேண்டுமானாலும் வைத்து படமாக்கலாம்.

ரிபீட் மோட் (Repeat mode)

இந்த முறையில் தொடர்ந்து ∴ப்ளாஷ் ஒளி பாய்ச்சும் வகையில் இயங்குவது. நொடிக்கு 20 அடுக்கு நிகழ்வு (frequency) ∴ப்ளாஷ் வைத்தால் அரை நொடியில் 10 முறை ∴ப்ளாஷ் பாய்ச்சிவிடும்.

பவுன்ஸிங் (Bouncing)

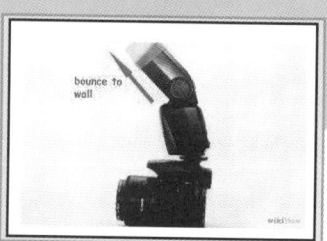

Bounce Flash

∴ப்ளாஷ்ஷை சப்ஜெக்ட்டை பார்த்து நேரடியாக இயக்கும்போது நேரடியாகப் பாயும் வெளிச்சம் பல நேரங்களில் பளீர் என்று இருந்தாலும் படமாக்கும் கூறுகளுக்கான இயல்பான ஒளி வடிவம் அமைவதில்லை. அதனால் ∴ப்ளாஷ் யூனிட்டை நேரடியாகப் பாய்ச்சாமல் அதை மேலே உள்ள சுவற்றின் கூரை மீது பாய்ச்சினால் அதன் பிரதிபலிப்பிலிருந்து ஒளி மென்மையாக படரும்.

இதில் கவனமாக இருக்க வேண்டியது, கூரையின் நிறம் வெண்மையாக இருந்தால் நலம். வேறு நிறம் இருந்தால் அதன் நிறத்தன்மை படமாக்கும் "சப்ஜெகட்" மீது படர வாய்ப்புண்டு.

∴ப்ளாஷ் பவுன்ஸ் மேலே உள்ள கூரை மட்டுமல்லாமல், பக்கவாட்டில் உள்ள சுவற்றின் மீதும் பாய்ச்சி அதன் பிரதிபலிப்பின் பலனாக 'சைட் லைட்டிங்' பெறலாம்.

Bounce Flash Camera - 2

டி∴ப்யூஷன் முறை (Diffusion flash)

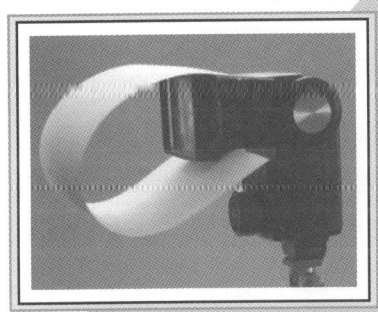

Diffuser Flash

Diffuser Flash 2

∴ப்ளாஷ் பல்ப் முன் மென்மையான துணி அல்லது ∴ப்ளாஷ் டி∴ப்யூஷர் (flash diffuser) பொருத்தி எடுக்கும்போது கடுமையான நிழல் படியாமல் ஒளியின் தன்மையை மென்மையாக்கலாம்.

நீண்ட எக்ஸ்போஸர் மோட் (long exposure mode)

இதில் காமிராவின் ஷட்டர் இயக்கத்தை நீண்ட நேரம் பதிவு செய்யும் ‘பல்ப்’ (bulb) செட்டிங் வைத்துவிட்டு நாம் படமாக்கும் சப்ஜெக்ட்டை நோக்கி பல்வேறு திசைகளிலுருந்து பல முறை வெறும் ஃப்ளாஷ் ஒளியைப் பாய்ச்சுவது.

இம்மாதிரி பதிவுகளுக்கு காமிராவை ஸ்டாண்டில் வைக்க வேண்டும். அப்ரேச்சர் எண் F4 அல்லது 3.5

நல்ல இருட்டில் கட்டடங்களையோ அல்லது சிற்பங்களையோ பல்வேறு கோணங்களிலிருந்தும் நாம் நேரடியாக ஃப்ளாஷ் பாய்ச்சலாம்.

முழு வட்ட வடிவில் இருக்கும் ‘ரிங் ஃப்ளாஷ் ’, இன்று மாடலிங் (modelling) மற்றும் உருவப்பட பதிவுகளில் (portrait) பயன்படுத்தப்படுகிறது.

Ring Flash

‘சப்ஜெக்ட்’ டை காமிராவுக்கு மிக அருகில் வைத்துப் படமாக்கும் போது “ரிங் ஃப்ளாஷ்” ன் வெளிச்சம் மிக மென்மையாகவும் முழுமையாகவும் படருவதால், க்ளோசப் காட்சிகள் சிறப்பாக அமைந்து விடுகிறது.

‘ரிங் ஃப்ளாஷ்’ லென்ஸ் முன்னர் வைத்து படமாக்கப்படுகிறது.

குடை ஃப்ளாஷ் (Umbrella flash)

Umbrella Flash at studio

ஸ்டுடியோக்களில் ஃப்ளாஷ்களை ஸ்டாண்டில் பொருத்தி, அதில் குடை சொருகி ஒளி பாய்ச்சுவது மென்மையான வெளிச்சம் பெறுவதற்காகவே.

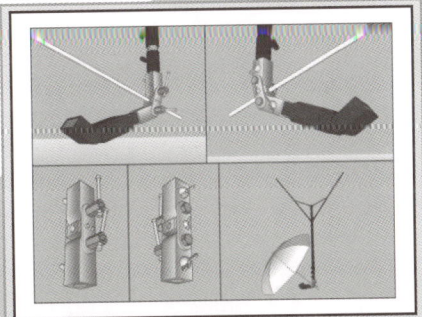

Umbrella Flash - older

ஒளி புகும் வெண்ணிறக் குடைகள்,

White -Translucent shoot flash umbrella

சில்வர் குடைகள்

Silver Reflected Umbrella

ஆகியவை அதிகம் பயன்படுத்தப்படுபவை.

ஒளிப்பட ஸ்டுடியோ அமைக்க தேவையானவை

Studio setup

Studio setup - 1

இன்று ஒளிப்படக்கலை ஸ்டுடியோ அமைப்பது மிகவும் எளிதானது. வீட்டில் ஒரு படிக்கும் அறை இருந்தால் கூட அதற்கேற்றவாறு ஸ்டுடியோ அமைக்க முடியும். இவை எல்லாம் டிஜிட்டல் யுகத்தின் பலன்கள்.

பாஸ்போர்ட், மாடலிங், விளம்பரப் பொருட்களை பதிவு செய்வது போன்ற பல வகை ஒளிப்படங்களுக்கு, நம்முடைய பட்ஜெட்டிற்கு ஏற்றவாறு ஸ்டுடியோ கருவிகளை தேர்வு செய்யலாம்.

ஸ்டுடியோ ஃப்ளாஷ் பல்வேறு முறைகளில் ரசனைக்கேற்றவாறு ஒளியமைக்கும் சுதந்திரத்தை நமக்கு அளிக்கிறது. அதில் முக்கியமானது, நன்றாக படரும் வகையில் சக்தி வாய்ந்த வெளிச்சத்தை அமைப்பதால் இங்கே பாட்டரியால் இயக்கும் சிறிய ஃப்ளாஷ் கருவிகள் தேவை இல்லை

சரியான கருவிகளைத் தேர்வு செய்வதற்கு கவனத்தில் கொள்ள வேண்டிவை:

ஃப்ளாஷ் பவர்: ‘வாட்’ (watt) / நொடிக்கு என்று அளவிடப்படுகிறது. அதிக எண் / சக்தி வாய்ந்த ஃப்ளாஷ் கிடைக்கும். பொதுவாக, 200 வாட் / நொடிக்கு பயன்படுத்தலாம்.

ஃப்ளாஷ் இயங்கும் வேகம்: விரைவு வேகத்தில் (flash duration) செயல்படும் ஃப்ளாஷ், படமாக்கும்போது எந்த அசைவையும் பதிவு செய்ய உதவும்.

ஃப்ளாஷ் பவர் அளவு கட்டுப்பாடு (power level control)

ஃப்ளாஷ் எப்போதும் முழு மின் சக்தியில் இயக்க வேண்டியதில்லை. தேவைக்கு ஏற்ப கட்டுப்படுத்தும் வகையில் கருவிகளைத் தேர்வு செய்ய வேண்டும்.

மறு சுழற்சி நேரம் (Recycle time)

ஃப்ளாஷ் ஒளி பாய்ச்சியவுடன், எவ்வளவு நேரத்தில் அடுத்த ஒளி பாய்ச்சலுக்கு தயாராகும் நேரத்தையும் கவனிக்க வேண்டும்.

ஸ்லேவ் செல் (slave cell)

ஸ்லேவ் செல்லானது 'சென்சார்' கொண்டு இன்னொரு ஃப்ளாஷ் ஒளி பாய்ச்சுவதை கிரகிக்கிறது. இதன் ஹெட் டை (head) காமிராவில் செலுத்தலாம். அது, மற்றொரு ஃப்ளாஷ் லைட்டை செயல்படுத்தும்.

வயர்லெஸ் ரேடியோ விசை (wireless radio trigger)

ஃப்ளாஷ்க்கும் கேபிள் இணைப்பு இல்லாமல் ஒளி பாய்ச்ச வயர்லெஸ் ரேடியோ விசை கருவி பயன்படுத்தப்படுகிறது.

மாடலிங் லைட்

'ஃப்ளாஷ் லைட்' கணப்பொழுதில் வெளிச்சம் பாய்ச்சுவதால், நாம் அமைக்கும் 'லைட்டிங்' கின் தன்மையை அறிய 'மாடலிங் லைட்' பயன்படும். அது தொடர்ந்து ஒளியூட்டும் தன்மை கொண்டது. இதன் அடிப்படையில் 'ஃப்ளாஷ்' லைட்டை சரியான திசையில் வைத்து பிறகு இயக்கலாம்.

ஃப்ளாஷ் டியூப் / பல்ப்

ஃப்ளாஷ் பல்ப் அல்லது டியூப் மூலம்தான் ஒளி பாய்ச்சப்படுகிறது.

எஸ் மவுண்ட் (S mount)

இது ஒரு மும்முனை மவுண்ட். ரி.ஃ.ப்ளெக்டர். துணி, ஸா.ஃ.ப்ட் பாக்ஸ் ஆகியவற்றை இணைக்கப் பயன்படும்.

S mount

ஒளியை மென்மையாக்கத் தேவைப்படும் இதர உபகரணங்கள்

குடை

குடை பொதுவாக லைட் முன்னர் பயன்படுத்தப்படும் போது ஒளியை மென்மையாக படரவும், பிரதிபலிக்கவும் செய்கிறது (spreads / reflects).

ஸா.ஃ.ப்ட் பாக்ஸ் (soft box)

பல அளவுகோல்களில் வருகிறது. பொதுவாக, பக்கவாட்டில் வைத்து ஒளியூட்டினால் ஜன்னலிலிருந்து ஒளி வருவது போன்ற அமைப்பு கிடைக்கும்.

விளம்பரப்பொருட்கள் (still life products), டேபிள் டாப் (table top)வகை பதிவுகளுக்கு, ஸா.ஃ.ப்ட் பாக்ஸ் மேலிருந்து 'டாப் லைட்டிங்' முறையில் பயன்படுத்துவார்கள்.

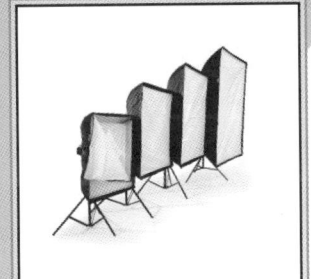

soft box

ஸ்நூட் (snoot)

கூர் உருளை (cone) வடிவத்தில் இருக்கும் ஸ்நூட் ஒளிக்கருவி முன்னர் பொருத்திவிட்டால், மிகக் குறுகிய பார்வையில் வெளிச்சத்தைப் பாய்ச்சும்.

snoot

உதாரணம்: 'கண்' அல்லது ஒரு குறிப்பிட்ட பகுதியை மட்டும் ஒளியூட்ட வேண்டும் என்றால் 'ஸ்நூட்' உதவிகரமாக இருக்கும்.

கொட்டகைக் கதவு (Barn door)

நான்கு பிணைப்புகளான மடிப்பு இதை மடிக்கும்படி 'பெட்டி' வடிவில் ஒளியூட்டும் கருவி முன்னால் வைத்து ஒளி தேவையில்லாத இடத்திற்குப் பரவுவதை தடுக்க பயன்படுகிறது.

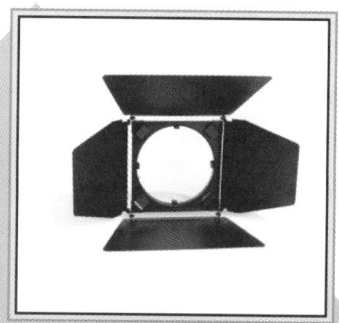

Barn door

ஸ்டாண்ட்

பல்வேறு உயரங்களில் ஸ்டாண்டுகள் ஃப்ளாஷ் மற்றும் குடை, ஸாஃப்ட் பாக்ஸ் போன்றவற்றைப் பொருத்த ஸ்டாண்ட் தேவைப்படும்.

இன்று அதிகம் பயன்படுத்தப்படும் ஃப்ளாஷ் மாடல்கள்:

கேனான்

ஸ்பீட்லைட் 270 இ. எக்ஸ் II (270 EX II)

ஸ்பீட்லைட் 320 இ. எக்ஸ் (320 EX)

ஸ்பீட்லைட் 430 இ. எக்ஸ் II (430 EX II)

ஸ்பீட்லைட் 580 இ. எக்ஸ் II (580 EX II)

ஸ்பீட்லைட் 600 இ. எக்ஸ் ஆர்.டி. (270 EX-RT)

நிக்கான்

எஸ்.பி. 300 ஏ.எஃப். ஐ.டி.டி.எல். (SB 300 AF I - ITTL)

எஸ்.பி. 400 ஏ.எஃப். ஐ.டி.டி.எல். (SB 400 AF I - ITTL)

எஸ்.பி. 500 ஏ.எஃப். ஐ.டி.டி.எல். (SB 500 AF I - ITTL)

எஸ்.பி. 910 ஏ.எஃப். ஐ.டி.டி.எல். (SB 910 AF I - ITTL)

எஸ்.பி. 700 ஏ.எஃப். ஐ.டி.டி.எல். (SB 700 AF I - ITTL)

நிஸ்லின் டி.ஜ. 622

நிஸ்லின் 866 622

நிஸ்லின் டி.ஜ. 466

ரிமோட் ஸ்லேவ் விசை (remote slave triggers)

சோனியா (Sonia)

ஜெ ஜெ சி (JJC)

யொக்நுஒ ஆர். எஃப் 603 (Yongnuo RF 603)

******

எக்ஸ்போசர்

1
2
3
4
5

6

7
8
9
10
11
12
13
14
15
16

EXPOSURE

பகுதி - 6

எக்ஸ்போசர்
(Exposure)

ஒளிப்படக்கலையின் பிரதான அம்சம் ஒளியின் அளவைத் தீர்மானிப்பது. அதை காமிராவின் மூன்று முக்கிய செயல்களான

- ஐ.எஸ்.ஓ
- அப்ரேச்சர்
- ஷட்டர் வேகம்

வைத்து கணக்கிடப்படுகிறது.

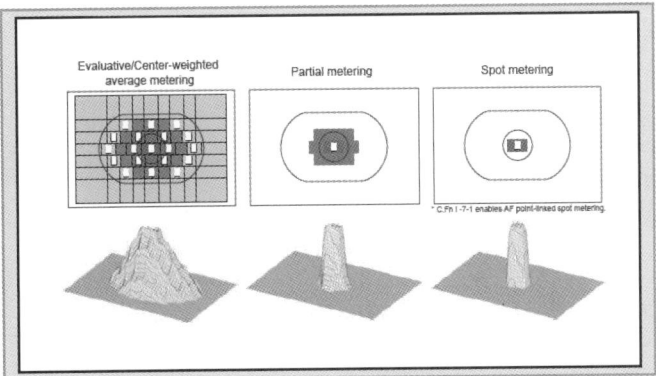

Expossure Meetering Modes

'தானியங்கி காமிராக்கள்' அல்லது 'தானியங்கி மோட்' மேற்சொன்னவற்றை காமிராவே தீர்மானித்து விடுகிறது.

நாம் படமாக்கும் காட்சிக்கு சரியான 'எக்ஸ்போசர்' தேர்வு செய்வதன் மூலம்தான் தனித்தன்மை அடைய முடியும்.

சரியான 'எக்ஸ்போசர்' இல்லாவிட்டால் காட்சியின் தன்மை சிறப்பாக இருந்தாலும் வெளிப்படாமல் போய்விடும்.

'எக்ஸ்போசர்' பற்றி மதிப்பிடும்போது,

- சரியான எக்ஸ்போசர் (correct exposure)

- அண்டர் எக்ஸ்போசர் (under exposure)

- ஓவர் எக்ஸ்போசர் (over exposure)

என்று மதிப்பிடப்படுகிறது.

சரியான எக்ஸ்போசர் (correct exposure)

வெளிச்சப் பகுதியையும் இருண்ட பகுதியையும் சரியான விகிதத்தில் கணக்கிட்டு பதிவு செய்தால் நல்ல நிறத்தன்மை, கான்ட்ராஸ்ட் (contrast) அடைய முடியும்.

சரியான எக்ஸ்போசர் என்பது வெளிச்சம் மற்றும் இருண்ட பகுதிகளில் உள்ள ஒளி அளவு சரியாக இருப்பதேயாகும்.

Correct Exposed Cat

அண்டர் எக்ஸ்போசர் (under exposure)

குறைவான ஒளி மதிப்பீட்டின் வெளிப்பாடே அண்டர் எக்ஸ்போசர் ஆகும். காமிராவில் உள்ள அப்ரேச்சர் மற்றும் ஷட்டர் வேகத்தை காட்சியின் வெளிச்சத்தை சரியாக உணராமல் அல்லது குறைந்த ஒளியை காமிராவில் பதிவு செய்யும் போது ஒளிப்படத்தில் நிறம் மற்றும் கான்ட்ராஸ்ட் பாதிக்கப்படும்.

Under Exposed Cat

ஓவர் எக்ஸ்போசர் (over exposure)

ஒளி அளவை சரியாக மதிப்பிடாமல், தேவைக்கு அதிகமான ஒளியை காமிராவில் பதிவு செய்தால் 'ஓவர் எக்ஸ்போசர்' ஆகும்.

Over Exposed Cat

'ஓவர் எக்ஸ்போசர்', நாம் பதிவு செய்தவற்றை வெளுப்பாக்கிவிடும்.

பொதுவாக, இன்று தயாரிக்கப்படும் டிஜிட்டல் காமிராக்களில் 'தானியங்கி' முறையில் காமிராவை இயக்கினால் பெரும்பாலும் சரியான எக்ஸ்போசர் கிடைத்துவிடும்.

'எக்ஸ்போசர்' நிர்ணயிக்கும் முக்கிய அம்சங்களான,

- அப்ரேச்சர் - எவ்வளவு ஒளி காமிராவுக்குள் செல்ல வேண்டும்?

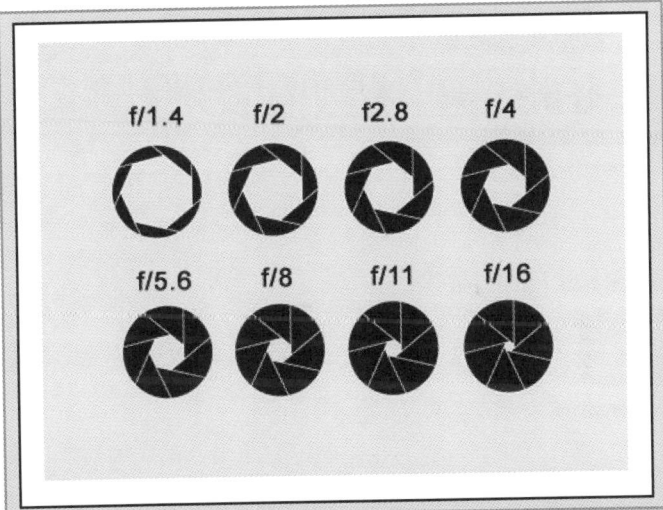

Aperture diagram

- ஷட்டர் வேகம் - ஒளி எவ்வளவு நேரம் காமிராவுக்குள் செல்ல வேண்டும்?

- ஐ.எஸ்.ஓ. - எவ்வளவு ஒளி உணர்வு திறன்?

அப்ரேச்சர் மதிப்பீட்டு எண்கள்

F 1.2, 1.8, 2, 2.8, 4, 5.6, 8, 11, 16, 22, 32...

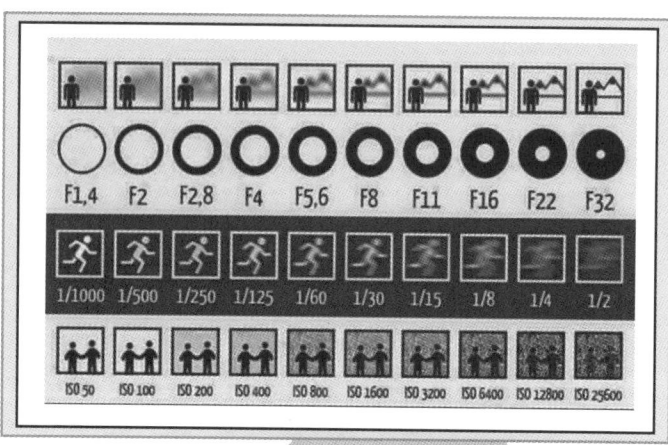

Aperture - ISO - Shutter speed

இதில் எண்கள் கூடக்கூட ஒளியின் அளவு காமிராவுக்கு செல்வது குறையும்.

குறைந்த எண் - அதிக ஒளி!

அதிக எண் - குறைந்த ஒளி!

ஷட்டர் இயக்கம்

1 நொடி, 1/15, 1/30, 1/50, 1/60, 1/125, 1/250, 1/500, 1/800, 1/1000, 1/2000...

ஷட்டர் வேகம் கூடக்கூட காமிராவில் ஒளி புகும் நேரம் குறைகிறது.

பொதுவாக பயன்படுத்தப்படும் ஷட்டர் வேகம் - 1/60 அல்லது 1/125. மற்றவை நம் பதிவின் தன்மைக்குத் தகுந்தவாறு மாற்றி அமைத்துக்கொள்ளலாம்.

ஷட்டர் இயக்க வேகம் - பரிந்துரை (Recommended shutter speed)

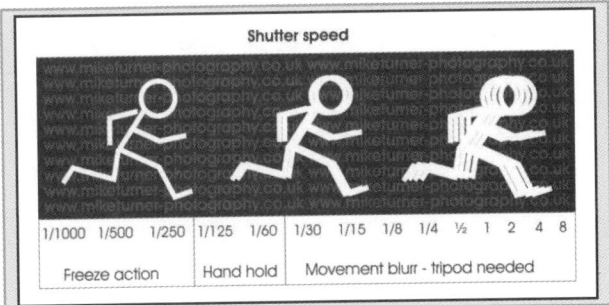

Shutter- Speeds

- 1/2000 - அதிவேகமாக நகருவதைப் படமாக்குவதற்கு.

  உதாரணம்: பறவை, துப்பாக்கி தோட்டா.

- 1/1000 - வேகமாகச் செல்லும் வாகனங்கள்.

- 1/500 - விளையாட்டுக் காட்சிகளைப் பதிவு செய்வதற்கு.

- 1/250 - மிதமான வேகத்தில் நகரும் மனிதர்கள் மற்றும் விலங்குகள்.

- 1/125 - பொதுவாக பயன்படுத்தப்படும் ஷட்டர் வேகம்.

- 1/60 - காமிராவை நோக்கிப் பயணிக்கும் சப்ஜெக்ட்களை பதிவு செய்வதற்கு.

- 1/30 - குறைந்த ஒளியிருக்கும்போது.

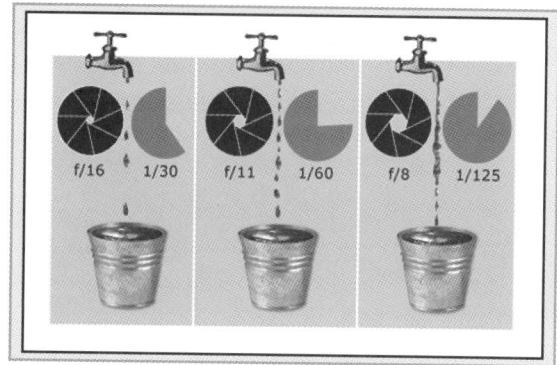

- 1/15 - குறைந்த ஒளியில் நீர் நிலைகளை மங்கலான கோடுகள் போல பதிவு செய்வதற்கு.

- 1/8 - இரவு நேர நகரத்தைப் பதிவு செய்வதற்கும், மெழுகுவர்த்தியின் ஒளியில் காட்சிகளைப் பதிவு செய்வதற்குப் பயன்படும்.

ஐ.எஸ்.ஓ.

ஐ.எஸ்.ஓ. காமிராவின் ஒளி உணர்திறனை அதன் எண்கள் மூலம் அறியப்படுகிறது.

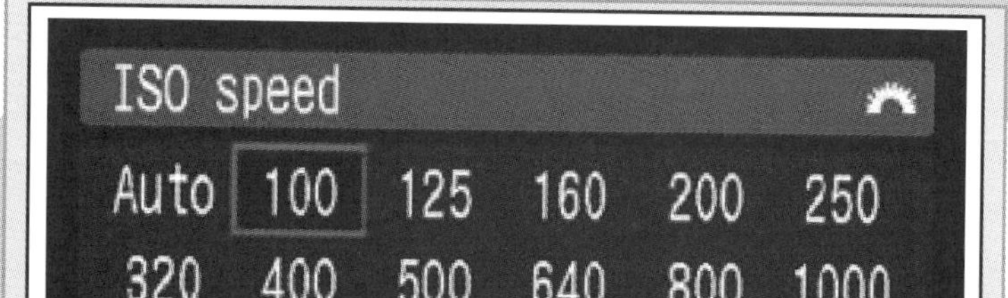

ISO Number

- 100 ஐ.எஸ்.ஓ. - நல்ல பகல் வெளிச்சத்தில் பயன்படுத்தப்படும் கணக்கீடு.

400 ஐ.எஸ்.ஓ. - ஸ்போர்ட்ஸ், மேக மூட்டத்துடன் இருந்தால், ஷட்டர் வேகம் அதிகம் பயன்படுத்தும்போது உட்புறத்தில் இயற்கையான ஒளியில் படமாக்கும்போது...

800 ஐ.எஸ்.ஓ. - இரவு நேரம், மெழுகுவர்த்தி வெளிச்சம், மிகக் குறைந்த ஒளியில் படமாக்கும்போது...

எது சிறந்த 'எக்ஸ்போசர்' என்பது உங்களின் ரசனை மற்றும் அனுபவமும் தான் தீர்மானிக்கும்.

உதாரணம்:

நல்ல பகல் வெளிச்சம் என்றால், உங்கள் செட்டிங்:

ஐ.எஸ்.ஓ	அப்ரேச்சர்	ஷட்டர்
100	F/16	1/125

அதிக டெப்த் வேண்டாம் என்றால்:

ஐ.எஸ்.ஓ	அப்ரேச்சர்	ஷட்டர்
100	F/5.6	1/800

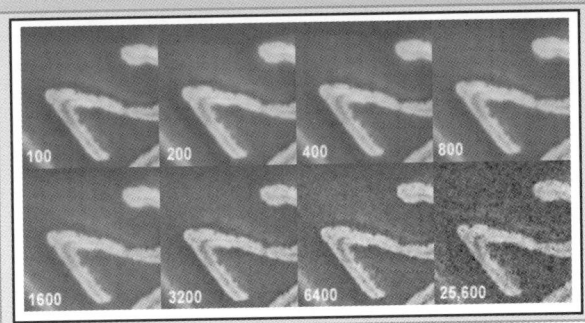

ISO and Grain

எக்ஸ்போசர் முக்கோணம் (Exposure triangle)

ஐ.எஸ்.ஓ., அப்ரேச்சர், ஷட்டர் இயக்கம் ஆகியவை "எக்ஸ்போசர்" முக்கோணத்தை உருவாக்குகிறது.

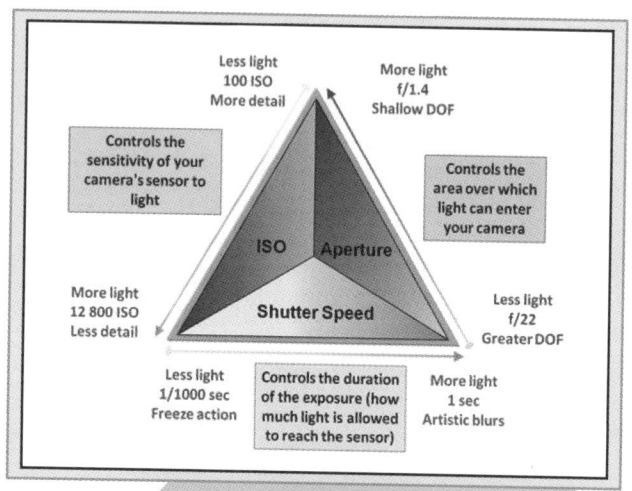

Exposure triangle

நாம் படமாக்கப்போகும் 'சப்ஜெக்ட்' மீது உள்ள வெளிச்சத்தை உணர்ந்து 'ஐ.எஸ்.ஓ' தேர்வு செய்கிறோம். அதன் அடிப்படையில் "அப்ரேச்சர் & ஷட்டர்"ஸ்பீட் தேர்வு செய்கிறோம்.

இந்த மூன்றும் 'ஒளி அளவை' (எக்ஸ்போசர்) தீர்மானிக்கிறது. இதில் ஏதாவது ஒன்றை மாற்றி அமைத்தாலும், அதற்கேற்றவாறு மற்ற இரண்டு செட்டிங்குகளை சரியாக அமைக்க வேண்டும்.

உதாரணம்: ஐ.எஸ்.ஓ.100. அதற்கு அப்ரேச்சர் F/16 ஷட்டர் 1/125 நொடி என்று அமைத்து படமாக்குகிறோம்.

அதே வெளிச்சத்தில் இப்போது ஐ.எஸ்.ஓ.200 வைத்தால் ஒளி உணர்வு இரட்டிப்பாக்குகிறது. அதனால் அப்ரேச்சர் அல்லது ஷட்டர் ஸ்பீட் மூலமாக ஒளியின் அளவை குறைக்க வேண்டும்.

ஐ.எஸ்.ஓ. 200

அப்ரேச்சர் F22 ஷட்டர் 1/125

அப்ரேச்சர் F16 ஷட்டர் 1/250

இப்படி ஒவ்வொன்றிற்குமான தொடர்புச்சங்கிலியை நாம் அறிய வேண்டும்.

அப்ரேச்சர் எண் கூடும் போது   - காமிராவில்,

- o   குறைந்த ஒளி
- o   அதிகமான டெப்த்
- o   ∴போகஸ் அளவும் கூடுகிறது

அப்ரேச்சர் எண் குறையும் போது   - காமிராவில்,

- o   அதிகமான ஒளி
- o   குறைந்த டெப்த்

ஷட்டர் இயக்க எண் கூடும் போது,

- o   ஒளி அளவு குறைகிறது
- o   அசைவுகள் பதிவு துல்லியம்

ஷட்டர் இயக்க எண் குறையும் போது,

- o   அதிக ஒளி
- o   அசைவுகள் பதிவு மென்மையாக்குகிறது

ஐ.எஸ்.ஓ. எண் கூடும் போது,

- o அதிகமான ஒளி உணர்வு
- o மிதமான நிறத்தன்மை

ஐ.எஸ்.ஓ. எண் குறையும் போது,

- o குறைந்த ஒளி உணர்வு
- o நல்ல நிறத்தன்மை
- o நல்ல கான்ட்ராஸ்ட்

காமிரா மீட்டரிங் (Camera metering)

இன்றைய நவீன டி.எஸ்.எல்.ஆர் டிஜிட்டல் காமிராக்கள் நாம் படமாக்கப்போகும் காட்சிகளின் வெளிச்சத்தை அடிப்படையாகக் கொண்டு 'காமிரா மீட்டரிங்' என்று ஒளியின் கணக்கீடுகளை செய்து "எக்ஸ்போசர்" அளவுகோல்களை நமக்குத் தந்து சிறப்பாகப் படமாக்க உதவுகிறது.

ஒளிப்படப்பதிவில் முக்கியமான அம்சம் என்பது வெவ்வேறு ஒளி அளவில் உள்ள காட்சிகளை படமாக்குவது. பொதுவாக, ஒரு காட்சியில் பல கூறுகளிலிருந்து பல்வேறு அளவில் ஒளிர்வு ஏற்படும். அதனால், காமிராக்களில் இதன் வேறுபடும் ஒளி அளவுகோல்களை துல்லியமாக கணிக்க பல்வேறு 'மீட்டரிங்' முறைகள் உள்ளன.

- சென்டர் மீட்டரிங் (centre weighed metering)
- ஸ்பாட் மீட்டரிங் (spot metering)
- மேட்ரிக்ஸ் மீட்டரிங் (matrix metering)
- பார்ஷியல் மீட்டரிங் (partial metering)

சென்டர் மீட்டரிங் (centre weighed metering)

சட்டகத்தில் உள்ள நடுப்பகுதிக்கு அதிக முக்கியத்துவம் அளித்து அதன் ஒளிர்வை மையமாகவும் அதே போல பின்னணியில் உள்ளவற்றையும் சேர்த்து மதிப்பீடு செய்யும் அமைப்பு தான் 'சென்டர் மீட்டரிங்'.

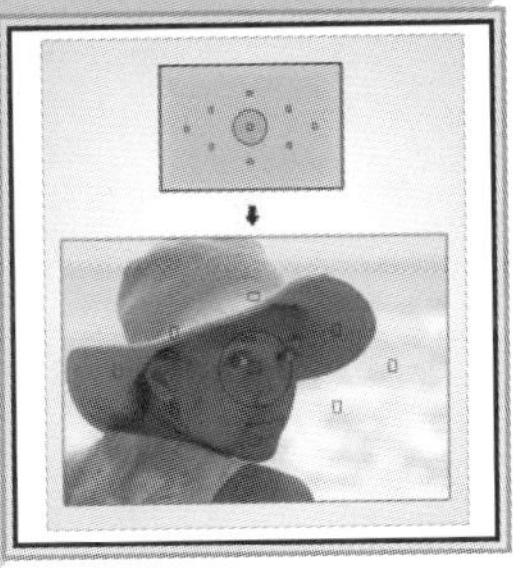

உருவப்படங்கள் (portrait), பூக்கள் (flowers) அதே போல நாம் படமாக்கும் 'சப்ஜெகட்' சட்டகத்தின் நடுப்பகுதியில் இருந்தால் அதன் 'எக்ஸ்போசர்' அறியவும் செயல்படுத்தவும் சென்டர் மீட்டரிங் உபயோகப்படும்.

ஸ்பாட் மீட்டரிங் (spot metering)

நாம் படமாக்கும் காட்சியை சட்டகத்தின் வழியாக பார்க்கும்போது இந்த ஸ்பாட் மீட்டரிங் முறையானது சிறிய பகுதியை மட்டும் கணக்கிடுகிறது.

ஒரே காட்சியில் பல்வேறு ஒளி அமைப்பிருந்து அதில் குறிப்பிட்ட ஒளி அளவை அடிப்படையாகக் கொண்டு பதிவு செய்ய வேண்டும் என்றால் 'ஸ்பாட் மீட்டரிங்' மிகவும் பயன்படும்.

மேட்ரிக்ஸ் மீட்டரிங் (matrix metering)

சட்டகத்தில் உள்ள அனைத்து பகுதிகளின் ஒளிர்வை மதிப்பீடு செய்து கொடுக்கிறது மேட்ரிக்ஸ் மீட்டரிங்.

பொதுவாக, அதிக வெளிச்சம் அல்லது இருள் பகுதி இல்லாமல் ஓரளவு சம வெளிப்பாட்டுடன் ஒளியமைப்புள்ள இடங்களில் படமாக்க 'மேட்ரிக்ஸ்' முறையே சரியானது.

இந்த அமைப்புதான் பொதுவாக ஒளிப்படப்பதிவிற்கு பயன்படும் முறையாகும்

பார்ஷியல் மீட்டரிங் (partial metering)

கேனான் டி.எஸ்.எல்.ஆர். காமிராக்களில் காணப்படும் அமைப்பு பார்ஷியல் மீட்டரிங். ஸ்பாட் மீட்டரிங் போலில்லாமல் ஒரு குறிப்பிட்ட பகுதியை கணக்கிடுகிறது.

அதிக பின் ஒளி உள்ள பொழுது முகத்தில் குறைந்த ஒளி இருந்தால் 'பார்ஷியல் மீட்டரிங்' நல்ல பலன் அளிக்கும்.

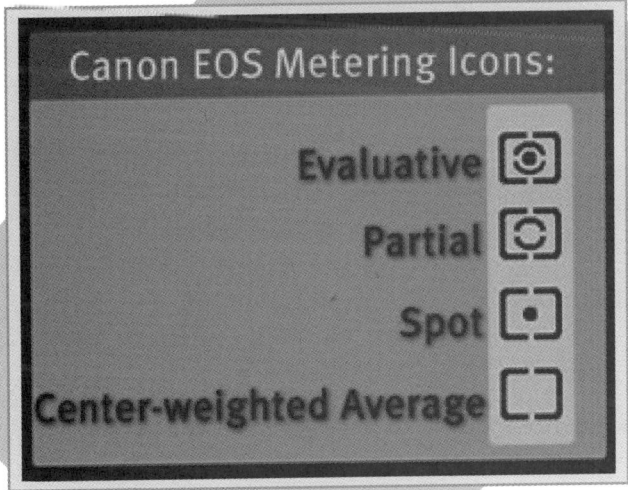

ஹிஸ்டோகிராம் (Histogram)

டிஜிட்டல் காமிரா தொழில்நுட்பத்தின் மேலும் ஒரு முக்கிய அமைப்பு ஹிஸ்டோகிராம்.

டிஜிட்டல் காமிரா ஒளியின் தொனி (light tones) அடிப்படையில் ஒரு வரைபடத்தை (graph) உருவாக்குகிறது. காமிராவின் பிராஸஸர் நாம் பதிவு செய்யும் பிக்சல்களின் ஒளிர்வை, இருண்ட கருநிற பகுதியை பூஜ்யத்திலிருந்து முழு வெண்மை பகுதியை 255 ஆக பிரிக்கிறது (0 - 255 scale). இதன் அடிப்படையில் 'ஹிஸ்டோகிராம்' என்ற வரைபடத்தில் செங்குத்தான கோடுகள் உருவாகிறது.

இடது பக்கக் கோடுகள் - இருண்ட பகுதியாகவும்

வலது பக்கக் கோடுகள் - வெளிச்சப் பகுதியாகவும்

அறியப்படுகிறது.

நாம் காட்சிக்கு தேவையான எக்ஸ்போசர் வைத்த பின்னர் காமிராவின் 'ஹிஸ்டோகிராம்' பார்த்தால் கோடுகள் 'மலை' போன்ற வடிவத்தில் நடுப்பகுதியில் மையம் கொண்டால் சரியான 'எக்ஸ்போசர்' ஆகக் கருதப்படுகிறது.

இடது பக்கம் கோடுகள் சாய்ந்தால் சட்டகத்தில் இருண்ட பகுதியையோ அல்லது தேவைக்கு குறைவான 'எக்ஸ்போசர்' உள்ளதாக கருத்தில் கொள்ளலாம்.

வலது பக்கம் கோடுகள் சாய்ந்தால் நாம் பதிவு செய்வதில் வெளிச்சப் பகுதிகள் அதிகம் இருக்கலாம். அல்லது, தேவைக்கு அதிகமான எக்ஸ்போசர் (over exposure) இருப்பதாகக் கருதலாம்.

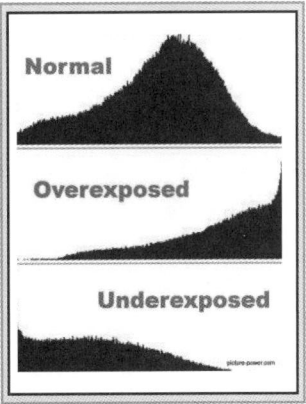

Histogram measures with words 3

ஆக, ஹிஸ்டோகிராம் மூலம் எக்ஸ்போசர் பற்றி சரியான தீர்வை அடைய முடியாது.

ஏனென்றால், இரவு நேரத்தில் விளக்கு எரிவதாக ஒளிப்படத்தை பதிவு செய்யும்போது, சட்டகத்தில் இருண்ட பகுதியை கணக்கிட்டு 'ஹிஸ்டோகிராம்' சரியான எக்ஸ்போசர் இருந்தாலும் கோடுகள் இடது பக்கமே சாயும்.

அதே போல கடற்கரையை படமாக்கும்போதும் வெளிச்சப்பகுதி அதிகம் இருப்பதால், சரியான ஒளி மதிப்பீடு இருந்தாலும் கோடுகள் வலது பக்கமே சாய்ந்துவிடும். இதை நாம் 'ஓவர் எக்ஸ்போசர்' என்று நினைத்துவிடக்கூடாது.

ஹிஸ்டோகிராம் மூலம் சட்டகத்தில் ஓரளவு மட்டுமே நாம் படமாக்கும் எக்ஸ்போசர் பற்றிய மதிப்பீடு செய்ய முடியும். ஆனால், காட்சியில் இருண்ட பகுதியையும், வெளிச்சப் பகுதியையும், அதாவது ஒளியின் தொனி பற்றி கணக்கிட முடியும்.

எக்ஸ்போசர் சரியீடு செய்தல் (Exposure compensation)

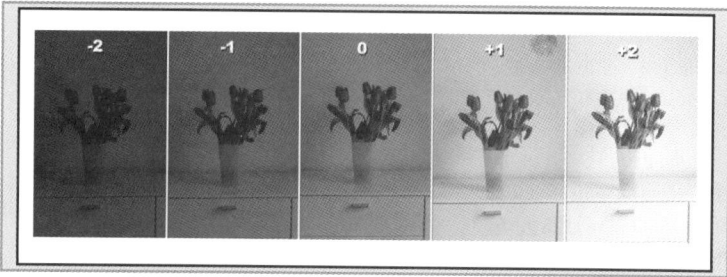

அநேகமாக அனைத்து டிஜிட்டல் காமிராக்களில் +/- பொத்தான் இருக்கும். இது எக்ஸ்போசர் சரி செய்யும் அமைப்பாகும். அதாவது காமிராவின் எக்ஸ்போசர் மதிப்பீட்டை மேற்கொண்டு நாம் காட்சியின் ஒளிர்வைக் கூட்டவும் குறைக்கவும் எக்ஸ்போசர் சரியீடு செய்தல் உதவுகிறது.

+ பொத்தான் காட்சியின் ஒளிர்வைக் கூட்டும்.

- பொத்தான் காட்சியின் ஒளிர்வைக் குறைக்கும்.

Exposure compensation button

பல்ப் எக்ஸ்போசர் (Bulb Exposure)

டி.எஸ்.எல்.ஆர். காமிராக்களில் 'பல்ப்' மோட் (Bulb B mode), இருக்கும். இது 'பி ஷட்டர்' (B shutter) என்றும் அழைக்கப்படும்.

காமிராவில், 'பல்ப்' மோட் மூலம் ஷட்டர் வேகத்தை நொடிகளிலிருந்து நிமிடத்திற்கு இயக்க உதவும்.

நீண்ட நேரம் காமிராவின் ஷட்டர் திறப்பை இயக்க வேண்டும் என்றால் 'பல்ப்' அமைப்பை பயன்படுத்த வேண்டும்.

இதன் மூலம் ஆச்சர்யமான படப்பதிவுகளை உருவாக்கலாம்.

உதாரணம்: இரவு நேரத்தில் நகரத்தின் கட்டடங்கள், அதன் சாலைகளை 'பல்ப்' அமைப்பில் படமாக்கினால் நீண்ட ஷட்டர் திறப்பு இருப்பதால் சாலைகளில் செல்லும் வாகனங்கள் பதிவாகாது. ஆனால், அதன் வெளிச்சம் வரைந்த கோடுகள் போல பதிவாகும்.

நீண்ட நேர 'பல்ப்' எக்ஸ்போசர் பயன்படுத்தி நிலா வெளிச்சத்தில் வெளிப்புற காட்சிகளை பதிவு செய்யலாம்.

சிறிய விளக்குகள், அதாவது டார்ச் லைட் மூலம் அதன் ஒளியைக் கொண்டு வரையலாம்.

******

நிறம்

Color

1
2
3
4
5
6
7
8
9
10
11
12
13
14
15
16

பகுதி - 7

நிறம்
(Color)

நிறங்களைப் பற்றியும் மனிதர்களிடம் அவற்றின் தாக்கத்தைப் பற்றியும் ஆழமான ஆய்வுகள் 6ம் நூற்றாண்டில் சீனத்தில் ஆரம்பிக்கப்பட்டு அதன் தொடர்ச்சியாக பல்வேறு விதமான நிறக்கோட்பாடுகள் உருவாயின.

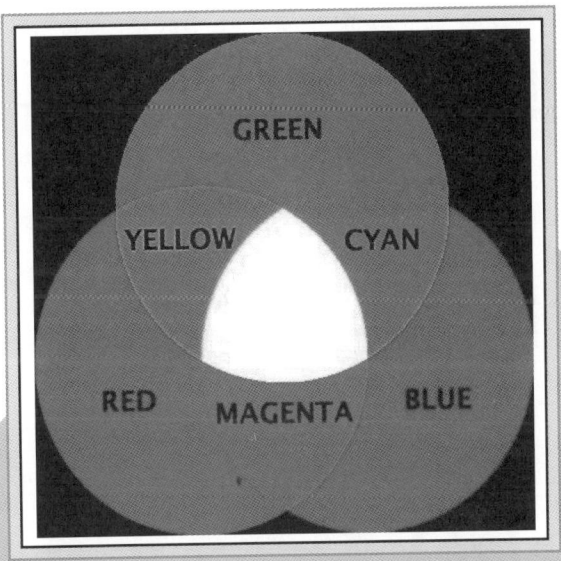

நிறக்கோட்பாடு முக்கியமான மூன்று வண்ணங்களை (சிவப்பு, நீலம், பச்சை) ஆதாரமாகக் கொண்டுள்ளது. இவ்வண்ணங்களில் ஒன்றுடன் மற்றொன்றைச் சேர்க்கும்போது மற்ற நிறங்கள் உருவாக்கப்படுகின்றன.

- மூன்று வண்ணங்களையும் சரியான விகிதத்தில் சேர்க்கும்போது வெள்ளை நிறம் உருவாகிறது.

- சிவப்பு மற்றும் பச்சை வண்ணங்களைச் சேர்க்கும்போது மஞ்சள் நிறம் உருவாகிறது.

- பச்சை மற்றும் நீல நிறங்களை இணைக்கும்போது மயில் நீல நிறம் (cyan) உருவாகிறது.

- சிவப்பையும் நீல நிறத்தையும் சம அளவில் சேர்க்கும்போது கருஞ்சிவப்பு (magentha) நிறம் உருவாகிறது.

முதன்மை நிறங்களாக சிவப்பு (red), நீலம் (blue), பச்சை (green) அறியப்படுகிறது.

மஞ்சள் (yellow), மயில் நீலம் (cyan), கருஞ்சிவப்பு (magentha) ஆகியவை இரண்டாம் நிலை வண்ணங்களாகும்.

வண்ண அளவுகோல் (Color intensity)

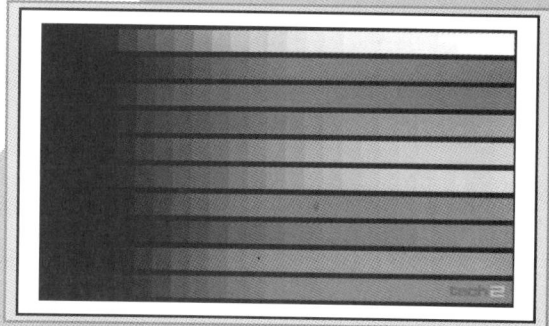

நிறங்களின் அளவுகோல்களை நம் கண்கள் ஒவ்வொன்றையும் வேறுபடுத்தியே பார்க்கிறது. அது ஒவ்வொன்றும் சம அளவிலே இருந்தாலும்கூட பொதுவாக, நீலம், பச்சை நிறத் தொனிகளை சிவப்பு, மஞ்சள் நிறங்களுடன் ஒப்பிட்டால் இருட்சாயல் கொண்டவையாக (darker tone) நாம் பார்க்கிறோம்.

சிவப்பு, மஞ்சள் ஆகிய நிறங்கள் உடனடி கவனத்தை ஈர்ப்பதாகவும் குறிப்பாக, சிவப்பு அபாயத்தையோ அல்லது அவசரத்தையோ உணர்த்துவதற்கு எடுத்துக்கொள்ளப்படுகிறது.

நீல நிறம் வானம் மற்றும் நீரின் நிறமாக அறிகிறோம்.

ஒளி (Light)

17ம் நூற்றாண்டில், சர் ஐசர் நியூட்டன் (Sir Isaac Newton) பகல் வெளிச்சத்தை நிறத்தொடர்களாகப் பிரிக்க முடியும் என்று நிரூபித்தார்.

அவை சிவப்பு (red), மஞ்சள் (yellow), நீலம் (blue), பச்சை (green), ஆரஞ்சு (orange), கருநீலம் (indigo), மற்றும் ஊதா (violet), ஆகிய நிறங்களை வண்ண வரிசை நிறங்களாக (chromatic colors) அடையாளப்படுத்தினார்.

ஒளி அதன் அலைவரிசை மூலமாகவே வண்ண உருவாக்கத்திற்கு அடிப்படையாகிறது.

ஒளிக்கருவிகளிலிருந்து வெளிப்படும் சக்தியே (energy) ஒளியின் பிரகாசத்திற்கு (brightness) காரணமாகிறது.

ஒளியின் அலைவரிசைகள் ஒன்று கண்களுக்குப் புலப்படுபவை (visible spectrum), மற்றொன்று கண்களுக்குப் புலப்படாதவை (invisible spectrum).

அவை,

குறைந்த அலை வரிசையையுடைய 'அதி ஊதா' (ultra violet) கதிர்கள்.

அதிக அலை வரிசையையுடைய 'அக சிவப்பு (infra red) கதிர்கள்'.

மேலே குறிப்பிடப்பட்டுள்ள இரண்டும் கண்களுக்குப் புலப்படாதவை. ஆனால், டிஜிட்டல் காமிரா சென்சார் இதை உணர வாய்ப்பிருப்பதால் காமிராவில் ஃபில்டர்களைப் பொருத்தி தேவையில்லாத இந்த ஒளி அலைகளை நீக்குகிறோம்.

கண்களுக்குப் புலப்படும் ஒளி அலைகள் குறைந்த மற்றும் அதிக அலை வரிசைக்கும் நடுவில் இருப்பவையாகும்.

நிறத்தன்மை (color theory)

நாம் பார்க்கும் பொருட்கள் நிறத்தன்மையை எப்படி அடைகிறது என்றால் அதன் சாயக்கூறுகள் ஒளியின் அலைவரிசையில் (pigments) நிறங்களை ஈர்த்து குறிப்பிட்ட நிறங்களை மட்டும் பிரதிபலிக்கும்.

பச்சை இலைகள் மற்ற நிறங்களை ஈர்த்துக்கொண்டு பச்சை நிறத்தையே வெளியே பிரதிபலிப்பதால் அந்நிறத்தை உணர்கிறோம்.

நீல நிற ∴பில்டரானது சிவப்பு மற்றும் பச்சை நிறத்தை வடிகட்டி நீல நிறத்தையே அனுப்புகிறது.

நிறங்களின் முக்கிய கூறுகள்

நிறச்சாயல் (Hue)

நிறத்தின் தன்மையை அறிய அதன் சாயல்களில் உள்ள அதிகமான 'அலைவரிசை' காரணமாகிறது.

உதாரணம்: சிவப்பு, பச்சை, நீலம் நிறவரிசையில் 'ஆரஞ்சு', ஊதா ஆகியவை நிறச்சாயல்கள் ஆகும். மேலும், வெளிர் பச்சை 'கருஞ்சிவப்பு' ஆகியன நிறச்சாயல்கள் (Hue).

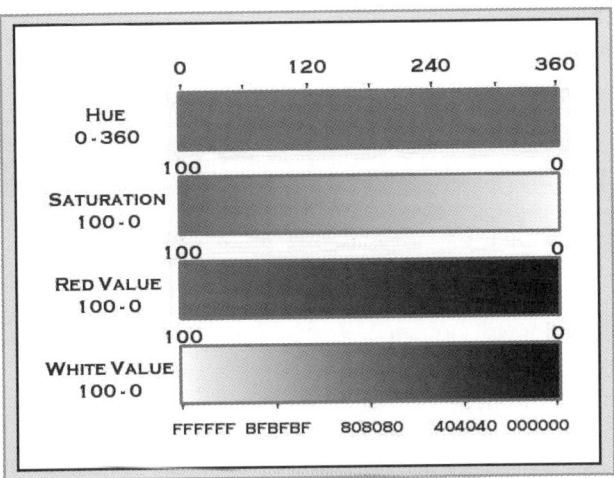

நிறச்செறிவு (Color saturation)

நிறமானது ஒவ்வொரு ஒளியின் தன்மை மற்றும் சீதோஷ்ண நிலைக்கு ஏற்றவாறு 'நிறச்செறிவு' (color saturation) பெறும்.

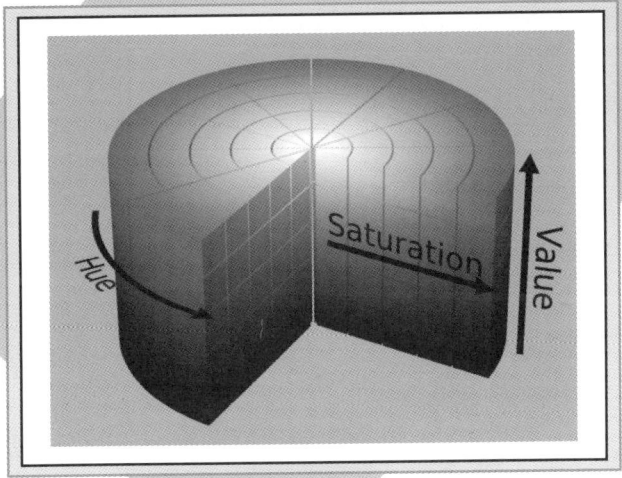

ஒரே நிறம், அதன் தன்மை பகல் வெளிச்சத்தில் ஒரு மாதிரியும் இரவு வெளிச்சத்தில் வேறுபடவும் செய்கிறது.

நிறத்தில் வெண்மை கூடும் போது 'பளீர்' என்று இருக்கும். அதே நிறத்தில் கொஞ்சம் கருமை சேரும்போது இருண்டு காணப்படும்.

பொதுவாக, அதிக ஒளியிலும் குறைந்த ஒளியிலும் நிறச்செறிவு சிறப்பாக இருக்காது. ஆனால், மென்மையான ஒளியில் 'நிறச்செறிவு' அதிகமாக இருக்கும்.

உதாரணம்: மேகமூட்டத்துடன் இருக்கும்போது பூக்களை படமாக்கினால் நிழல் படியாமல் சிறந்த நிறச்செறிவு அடைய முடியும்.

ஒளிர்வு (Luminence)

ஒளியை குறிப்பிட்ட பொருளோ அல்லது கூறுகளோ எவ்வளவு உள்வாங்கி அதை பிரதிபலிக்கிறது என்பதைப் பொருத்து 'ஒளிர்வை' தீர்மானிக்க முடியும்.

ஒளியை பிரதிபலித்தால் அதிக ஒளிர்வு பெறும்.

ஒவ்வொரு நிறத்திற்கும் ஒளிர்வு தன்மை வேறுபடும். நீல நிறம், மஞ்சள் நிறத்தை விட குறைவான ஒளிர்வு பெறும்.

நிறம் ஒளிப்படத்தின் உணர்வுகளை மட்டும் பிரதிபலிப்பதில்லை. அதன் கட்டமைப்பிலும் ஆதிக்கம் செலுத்துகிறது.

நிறங்களை எளிதாக இரண்டு வகையாகப் பிரிக்கலாம்.

- வெப்பம் (warm)
- குளிர்ச்சி (cool)

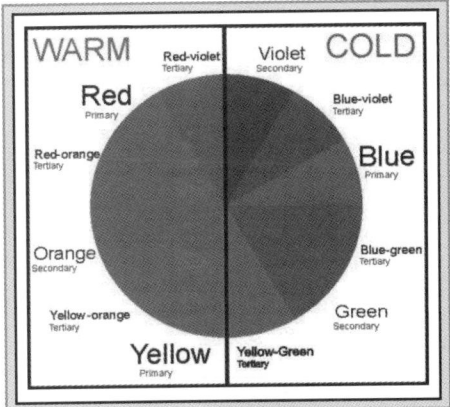

சிவப்பு, மஞ்சள், ஆரஞ்சு ஆகிய நிறங்கள் 'வெப்பம்' (warm) சார்ந்த நிறங்கள். இவை சந்தோஷம், ஆபத்து போன்ற உணர்வுகளையும், ஏன் பசியைக்கூட தூண்டக்கூடியவை. பொதுவாக, பல உணவு விளம்பரங்களில் மஞ்சள், சிவப்பு நிறங்களைப் பயன்படுத்துகின்றனர்.

குளிர்ச்சியான நிறங்களாக பச்சை, நீலம் ஆகியவை அமைதி, பயணம் ஆகிய உணர்வுகளுக்கு இட்டுச் செல்லும்.

'எர்த்' டோன் (அதாவது 'மண்' நிறங்களை அடிப்படையாக கொண்டவை) கபிலம் (brown), சாம்பல் (grey) இவை உறுதியான தோற்றத்தை அளிக்கக்கூடியவை. அதே போல மென்சோகத்தையும் வரவழைக்கக்கூடியவை.

ஒளிப்படப்பதிவில் நிறங்களை தேர்வு செய்வது ஒரு கலை என்றால், ஒருங்கிணைப்பதும் அதே அளவு முக்கியமானதாகும்.

மஞ்சள் நிறப்பூக்களை நீல நிறப்பின்னணியில் படமாக்கும்போது அப்படம் சிறப்பாக அமைந்து விடுகிறது. அதற்கு காரணம், மஞ்சள், நீலம் ஆகியவை ஒத்திசைவு (complementary colors) நிறங்களாகும்.

ஒளிப்படப்பதிவில் சட்டகம் முழுக்க ஒரே நிறத்தோடு பதிவு செய்வது.

உதாரணம்: சட்டகம் முழுக்க பசிய வயல்வெளி.

- சட்டகத்தில் இரண்டு அல்லது மூன்று அருகாமை அல்லது ஒப்பான நிறங்களைப் பயன்படுத்துதல்.

உதாரணம்: சிவப்பு நிறத்துடன் ஊதா நிறத்தைச் சேர்ப்பது.

- பிரகாசமான நிறங்களை மந்தமான நிறப்பின்னணியில் படமாக்கும்போது 'கவன ஈர்ப்பை' ஏற்படுத்த முடியும்.

உதாரணம்: சாம்பல் நிறப் பின்னணியில் 'ஆரஞ்சு' நிறக்கூறுகளை படமாக்குவது.

- சில சமயம் சட்டகத்தில் குறைந்த நிறச்செறிவுடன் படமாக்குவது. அதற்கு வெண்மை, சாம்பல், கருமை நிறத்தை பயன்படுத்துவது சிறப்பாக இருக்கும்.

ஒளிப்படக்கலையில் 'செழிப்பான நிறங்கள்' (rich colors), ஆர்ப்பாட்டமில்லா நிறங்கள் (restrained colors) மதிப்பீடுகளில் பொதுவானவை.

செழிப்பான நிறங்களின் தன்மைகள்

- திடமானவை (strong)
- வண்ணச்செறிவு (saturated)
- ஆழமானவை (intense)
- ஆர்ப்பாட்டமான (exuberant)
- வண்ணமயமான (colorful)

ஆர்ப்பாட்டமில்லா நிறங்களின் தன்மைகள்

- நுட்பமான (nuance)

- மெல்லிய (subtle)

- வெளிறிப்போன (pale)

- பன்முனைத்தன்மை (multi layered)

உலகில் லட்சக்கணக்கான நிறங்கள் உள்ளன. அதனால், அடிப்படை நிறங்களையும் அதன் பயன்களையும் அறிந்து கொள்ளும்போது மற்ற நிறங்களை நம் ரசனைக்கேற்றவாறு நினைவில் கொண்டு பயன்படுத்த முடியும்.

நிற அழுத்தம் (Accent color)

சட்டகத்தில் பெரும்பகுதி ஒரு நிறத்திலும் அதில் குறிப்பிட்ட பகுதியில் மற்றொரு ஈர்ப்புடைய நிறத்தால் கட்டமைப்பதை 'நிற அழுத்தம்' (accent color) என்று சொல்லப்படுவதுண்டு.

உதாரணம்: சட்டகம் முழுக்க பாலைவன மணல் நிரம்பியிருக்க, அதில் புள்ளியாய் வெள்ளை நிற ஆடை அணிந்த மனிதன்.

******

ஒளிப்பட உலகமும் காட்சி பரிமாணங்களும்

1
2
3
4
5
6
7

8

9
10
11
12
13
14
15
16

PHOTOGRAPHY AND VISUAL ELEMENTS

பகுதி - 8

ஒளிப்பட உலகமும் - காட்சி பரிமாணங்களும்
(Photography And Visual Elements)

ஒளிப்படப் பதிவானது முப்பரிமாணங்களை (3 dimentions) காமிராக்களின் செயல்பாடுகளோடு இரண்டு பரிமாணங்களாக மட்டுமே பதிவு செய்கிறது.

ஒளியமைப்பு, நிறத்தன்மை, கட்டமைப்பு போன்ற கூறுகளால் இரண்டு பரிமாணங்களாக பதிவு செய்த ஒளிப்படத்தை பார்க்கும் மனிதனின் 'கற்பனை'தான், மூன்றாம் பரிமாணத்தைக் கொண்டு வருகிறது.

ஆகவே, நாம் பதிவு செய்யும் காட்சியில் ஏதாவது ஒரு வகையில் பார்க்கும் மனிதர்களின் கற்பனையைத் தூண்டும் விதமான ஒளிப்படப் பதிவுகள் அமைய வேண்டும். அதை அடைவதற்கு உருவாக்கப்பட்டதுதான் ஒளிப்பட விதிகள்.

ஒளிப்பட விதிகளை உடைப்பதும் சிறந்த பதிவிற்கான வழிமுறைதான். அதை சரியாக அமைக்க விதிகளின் முறைகளை நன்கு அறிந்திருந்தால் தான் நம் கற்பனைக்கு ஏற்றவாறு விதிகளை மீற முடியும்.

காட்சிப் பதிவிற்கு மிக முக்கியமானவை நாம் எதை படமாக்க போகிறோம் என்று முடிவு செய்வதும், அடுத்து அதற்கேற்ப சரியான லென்ஸ் மற்றும் உபகரணங்களைத் தேர்வு செய்வதும் ஆகம்.

நம் கண்களால் பார்ப்பதற்கும், லென்ஸ் மூலம் பார்ப்பதற்கும் உள்ள வேறுபாட்டை தெரிந்து வைத்துக்கொள்ள வேண்டும். குறிப்பாக, வைட் லென்ஸ், டெலி லென்ஸ் ஆகியவற்றின் பார்வைக் கோணம், நம் கற்பனையில் தோன்ற பயிற்சி மேற்கொள்ள வேண்டும். அந்தப் பயிற்சியானது அடிக்கடி காமிராவின் மூலம் லென்ஸ்களின் செயல்பாட்டை இயக்கி அறிந்து கொள்ள வேண்டும். அதற்கு பதிவு செய்ய வேண்டும் என்ற அவசியம் கூட இல்லை.

விஷுவல் கூறுகள் (Visual elements)

ஒளி (Light)

- ஒளியின் மூலம் (source of light).
- ஒளியின் திசை (direction of light).
- ஒளியின் தன்மை (நேரடியான ஒளியா, பிரதிபலிக்கும் ஒளியா, மென்மையாக்கப்பட்ட ஒளியா).
- நிழலின் தன்மை.

ஃபோகஸ் (Focus)

- எந்த பகுதிக்கு - சட்டகத்தின் முன்பகுதி / பின்பகுதி
  பார்வைக்கோணம் (Angle of view)
- காமிராவின் உயரம் - மனிதக்கண்களின் (eye level) உயரமா அல்லது அதற்கு கீழே அல்லது மேலே.
- அகன்ற பார்வை - Wide lens (வைட் லென்ஸ்)
- குறுகிய பார்வை - Tele lens (டெலி லென்ஸ்)
- சராசரி பார்வை - Normal lens (நார்மல் லென்ஸ்)

கட்டமைப்பு (Composition)

- காமிராவை நேராகவா அல்லது செங்குத்தாகப் பார்க்கிறோமா? (Horizontal view or vertical view).

படமாக்கும் கூறுகளில் உள்ளவற்றை ஒளிப்படப் பதிவிற்காக,

1. கோடுகள்
2. வடிவங்கள்
3. 1/3 விதி

எப்படி பயன்படுத்துகிறோம்?

* சட்டகத்தில் நாம் படமாக்கும் 'சப்ஜெக்ட்' எங்கே இருக்க வேண்டும். அதற்கு மற்ற கூறுகள் சரியாக இருக்கிறதா? எதை தவிர்க்க வேண்டும்?

நிறம் (Color)

* எந்த நிறத்தை சட்டகத்தில் பிரதானப்படுத்தப்போகிறோம்?
* எந்த நிறத்தைத் தவிர்க்க வேண்டும்?
* நிறத்திற்கான சரியான ஒளியமைப்பு.
* நிறத்தின் சாயல் (Hue).
* நிறச்செறிவு (color saturation).

மேற்சொன்னவைகளை என்றும் நினைவில் கொள்ள வேண்டும். படமாக்கும்போது கேள்விகளாக தோன்ற வேண்டும். அதற்கான விடையாக நாம் பதிவு செய்தவற்றில் கொண்டு வரவேண்டும்.

ஒளிப்படக்கலைக்கு முன்னோடி 'ஓவியக்கலை'. பல்வேறு வகையான ஓவியங்களையும் அதன் கட்டமைப்பையும், நிறங்களின் தாக்கத்தையும் தொடர்ந்து ஆராய்ந்தால் மிகச் சிறந்த ஒளிப்படப்பதிவுகளை உருவாக்க முடியும்.

******

ஒளிப்பட சுற்றுப்பயணம்

1
2
3
4
5
6
7
8

9

10
11
12
13
14
15
16

PHOTOGRAPHIC TOUR

பகுதி - 9

ஒளிப்பட சுற்றுப்பயணம்
(Photographic Tour)

பயணம், வாழ்க்கைக்கு புத்துணர்வளிக்கக் கூடியது. அதுவும் கைகளில் காமிராவுடன், ஒரு புதிய உலகிற்குச் சென்று அதன் நிறங்களைப் பதிவு செய்வது அலாதியானது.

ஒளிப்பட சுற்றுப்பயணம் மேற்கொள்ளும் முன்னர் காமிராவின் இயக்கத்தைச் சோதித்துப் பார்ப்பது நலம். அதைவிட முக்கியமானது, காமிராவை இயக்கும் பாட்டரிகள், அதன் சார்ஜர்கள், ஒளிப்படங்களை பதிவு செய்யும் மெமரி கார்டுகள், பதிவு செய்த மெமரி கார்டுகளின் தகவல்களை கணிணிக்கோ அல்லது அலைபேசிக்கோ பரிமாற்றம் செய்யும் கார்ட் ரீடர்களை மறக்காமல் எடுத்து வைத்துக்கொள்வது.

இங்கே நம் நாட்டின் சில பிரபலமான இடங்களையும் அவற்றின் சிறப்புகளையும் பார்ப்போம்.

நீர்வீழ்ச்சிகள் (Water falls)

நம் நாட்டின் சில நீர்வீழ்ச்சிகளும் அவற்றைப் படம் பிடிக்க ஏதுவான காலமும்

- ஒகேனக்கல் (தமிழ்நாட்டின் தர்மபுரி மாவட்டத்தில் அமைந்துள்ளது) ஆகஸ்ட் மாதம் முதல் ஏப்ரல் மாதம் வரை.
- தலக்கோணம் (ஆந்திராவின் சித்தூர் மாவட்டத்தில் அமைந்துள்ளது) நவம்பர் மாதம் முதல் ஜனவரி மாதம் வரை.
- சித்திரகூட் நீர்வீழ்ச்சி (சட்டீஸ்கரின் ஜக்தல்பூர் பஸ்தர் மாவட்டத்தில் அமைந்துள்ளது) அக்டோபர் மாதம் முதல் ஃபிப்ரவரி மாதம் வரை.

- ஜோக் நீர்வீழ்ச்சி (கர்நாடகம் - சிமோகா மாவட்டம்): ஜூன் மாதம் முதல் டிசம்பர் மாதம் வரை.

Jog - falls

- அதிரப்பள்ளி நீர்வீழ்ச்சி (கேரளம் - திருச்சூர் மாவட்டத்தில் உள்ள சாலக்குடி பஞ்சாயத்தில் உள்ளது) செப்டம்பர் மாதம் முதல் அக்டோபர் வரை.

Athirappalliy Falls - Kerala

- சிவன்ன சமுத்திரம் (கர்நாடகம் - மாண்டியா மாவட்டத்தில் அமைந்துள்ளது) ஜூலை மாதம் முதல் அக்டோபர் மாதம் வரை.

- வஜ்ரபாஹா (வடகர்நாடகத்தின் பெல்காம் மாவட்டத்தில் அமைந்துள்ளாது) ஜூன் மாதம் முதல் அக்டோபர் மாதம் வரை.

- படகாரா (ஒடிசாவின் கேன்டுஜார் மாவட்டத்தில் அமைந்துள்ளது) அக்டோபர் மாதம் முதல் ஜனவரி வரை.

- நோக்காலிகை (சிரபுஞ்சி): இங்கே வருடம் முழுக்க மழைப்பொழிவு இருப்பதால் எப்போது வேண்டுமானாலும் செல்லலாம்.

- வண்டாவங் (மிசோரமின் செர்சிங் மாவட்டத்தில் அமைந்துள்ளது) மழைக்காலங்களிலும் அதன் பிறகு ஓரிரண்டு மாதங்களுக்கு சிறப்பான காலம்.
- பாபநாசம், குற்றாலம், மீன்முட்டி, மித்சாகர் (கோவா) போன்ற இடங்களும் ஒளிப்படப்பதிவிற்கு சிறப்பாக இருக்கும்.

மலைகள் (Mountains)

- நைனிடால்
- சிம்லா
- மனாலி, குலு
- முசோரி (உத்தர்காண்ட்)
- சாம்பா (ஹிமாச்சல பிரதேசம்)
- குல்மார்க்
- தர்மசாலா (ஹிமாச்சல பிரதேசம்)
- டார்ஜிலிங்
- ஷில்லாங் (மேகாலயா)
- பாவங் (அருணாச்சல பிரதேசம்)
- கண்டாலா (மஹாராஷ்டிரம்)
- மவுண்ட் அபு (ராஜஸ்தான்)

- மூணார்
- அரக்கு (ஆந்திரா)
- குன்னூர்
- கூர்க்
- ஊட்டி
- கொடைக்கானல்
- இடுக்கி
- வால்பாறை

Munnar

மலைப்பகுதிகளுக்குச் செல்லும்போது மறக்காமல் யூ.வி. (UV) மற்றும் போலார் (polar) ∴பில்டர்களை எடுத்துச்செல்ல வேண்டும். அதை கட்டாயம் லென்ஸ் முன்னர் வைத்து திருகி பயன்படுத்த வேண்டும்.

நம் நாட்டில் உள்ள சில உலக பாரம்பரிய சின்னங்கள் (World heritage sites in India)

- ∴பதேபூர் சிக்ரி (Fatehpur Sikri)
- ஹுமாயூன் கல்லறை (Humayun|s Tomb)
- செங்கோட்டை (Red Fort)
- ஹம்பி (Group of Monuments, Hampi)
- பட்டடக்கல் கோவில்கள் (Group of Monuments, Pattadakal)
- கஜுராஹோ (Khajuraho Group of Monuments)

- புத்தர் நினைவுச்சின்னம் (Buddhist Monuments, Sanchi)
- சாம்பனெர் நினைவுச்சின்னம் (Champaner Monuments)
- குதுப்மினார் (Qutub Minar)
- அஜந்தா குகைகள் (Ajantha Caves)
- எல்லோரா குகைகள் (Ellora Caves)
- எலிபெ.ஃ.ன்டா குகைகள் (Elephanta Caves)
- சூரிய கோவில், கொனார்க் (Sun Temple, Konark)
- மஹாபலிபுர சிற்ப கோவில்கள் (Group of Monuments, Mahabalipuram)

Mahapallipuram

- ஆக்ரா கோட்டை (Agra Fort)

ஒளிப்படப்பதிவுக்கு சிறப்பாக இருக்கும் வழிபாட்டுத்தலங்கள்

- மதுரை மீனாட்சி அம்மன் ஆலயம் (Madurai Meenakshi Amman Temple)
- தங்க கோவில், அம்ரிஸ்டர் (Golden Temple, Amrister)
- அமர்நாத் ஆலயம் (Amarnath Temple, Jammu & Kashmir)
- பஸிலிக்கா தேவாலயம், கோவா (Basilica Bom Jesus, Goa)
- மஹா போதி ஆலயம், பீகார் (MahaBodhi Temple, Bihar)
- ஜும்மா மசூதி, டில்லி (Jamma Masjid, Delhi)
- சோம்நாத் ஆலயம், குஜராத் (Somnath Temple, Gujarath)
- லோடஸ் ஆலயம், புது டில்லி (Lotus Temple, New Delhi)
- ரும்தேக் மடம், சிக்கிம் (Rumtek Monastry, Sikkim)
- சவுகண்டி ஸ்தூபி, வாரணாசி (Chaukandhi Stupa, Varanasi)
- பைஜ்நாத் ஆலயம், ஹிமாச்சல பிரதேசம் (Baijnath Temple, Himachal Pradesh)
- சென்னகேசவா ஆலயம், கர்நாடகம் (Chennakesava Temple, Belur)
- புனித ஜோச.்.ப் தேவாலயம், ஹைதராபாத் (St.Joseph|s Cathedral, Hyderabad)

- சிருங்கேரி மடம், கர்நாடகம் (Sringeri Temple Mutt, Karnataka)

Sringeri

- கோமதீஸ்வரா, ஸ்ரவணபெலகோலா (Gomateswara, Shravanabelagola)

- தஞ்சை பெரிய கோவில்

chennai arieal view

ஒளிப்படப்பதிவிற்கான சூரிய உதயம் மற்றும் சூரியன் அஸ்தமிக்கும் இடங்கள் (Best Sunrise & Sunset places)

- கன்னியாகுமரி, தமிழ்நாடு.
- ஆலப்பி கடற்கரை, கேரளம்.
- ஆகும்பே, கர்நாடகம்.
- பாலோலம் கடற்கரை, கோவா.
- மாத்தேரன், மஹாராஷ்டிரம்.
- மவுண்ட் அபு, ராஜஸ்தான்.
- பிரம்மபுத்திரா நதி, திப்ரூகர்.
- உமியம் ஏரி, மேகாலயா
- ஓர்ச்சாவில் உள்ள பெட்வா ஆற்றங்கரையில் சூரிய அஸ்தமனம்.
- சதுர்புஜ் கோவிலில் சூரிய உதயம்.
- தாஜ்மஹாலில் சூரிய உதயம் மற்றும் அஸ்தமனம்

Kanyakumari - Sun Rise

சில புகழ்பெற்ற பறவை சரணாலயங்களும் - படப்பதிவுக்கு உகந்த காலமும்

- வேடந்தாங்கல், தமிழ்நாடு - நவம்பர் முதல் ஃபிப்ரவரி வரை.
- குமரகம், கேரளம் - ஜூன், ஜூலை, ஆகஸ்ட், நவம்பர்
- ரங்கனதிட்டு, கர்நாடகம் - மார்ச் முதல் மே வரை
- நல்சரோவர், குஜராத் - டிசம்பர், ஜனவரி மாதங்கள்
- அஸ்சன் பாரேஜ், உத்தர்காண்ட் - அக்டோபர் முதல் மார்ச் வரை
- சலீம் அலி, கோவா - வருடம் முழுவதும்,
- கர்நாலா, மஹாராஷ்டிரம் - அக்டோபர் முதல் ஏப்ரல் வரை
- தட்பீகாட், கேரளம் - ஜனவரி நவம்பர் முதல் வரை.
- சில்க்கா, ஒடிசா - நவம்பர் முதல் ஜனவரி வரை.
- நவாப் கன்ஜ், கான்பூர் - நவம்பர் முதல் மார்ச் வரை.
- கடலுண்டி, கேரளம் - டிசம்பர் முதல் மார்ச் வரை.
- நெல்லபட்டு, தமிழ்நாடு - அக்டோபர் முதல் மார்ச் வரை.
- கிஜாடியா, குஜராத் - அக்டோபர் முதல் ஃபிப்ரவரி வரை.

இந்தியா, பல்வேறு மொழி, இன, மத பண்பாடு கொண்ட நாடு. அதன் நிறங்களும் தோற்றங்களும் ஆச்சர்யமூட்டுபவை.

Taj Mahal - Aerial view

நம் நாட்டில் முகலாய கட்டடக்கலைக்கு மிகச் சிறந்த உதாரணமான, உலக அதிசயங்களில் ஒன்றான 'தாஜ் மஹால்' எல்லா சீதோஷ்ண நிலைகளிலும் மிகவும் அதிகமாகப் படமாக்கப்பட்ட நினைவுச்சின்னம்.

நம் நாட்டில் ஒரு ஒளிப்படக்கலைஞன் பார்க்க வேண்டிய இடங்கள் எண்ணிலடங்காதவை.

சில குறிப்பிட்ட இடங்களின் பட்டியல்:

• அகட்டி தீவுகள், லட்சத்தீவுகள்

• ஆலப்பி, கேரளம்.

• பெக்கல் கோட்டை, கேரளம்.

• ராஜஸ்தான் பாலைவனம்.

• சந்தர்டால் ஏரி

• டோடிடால் ஏரி

• பதேஹ் பிரகாஷ் அரண்மனை

- இந்தியாவின் நுழைவு வாயில்
- ஹவா மஹால்
- ஜெய்சல்மார் அரண்மனை
- ஜோத்பூரின் கண்கவர் பிங்க் நகரம்
- கட்லிங் க்ளேசியர்
- மைசூர் அரண்மனை
- தவாங் மடம்
- கீ மடம்
- ஜெய்சால்மரின் ஒட்டக ச.ஃ.பாரி
- குதிரமுக் ஷோலா புல்வெளி
- கைபர் மடம்
- லோக்தாக் ஏரி
- மரைன் டிரைவ், மும்பை
- பாம்பன் பாலம்
- ரோத்தாங் பாஸ்
- உத்தர்காண்டின் பூக்கள் பள்ளத்தாக்கு
- வயநாடு, கேரளம்
- சன்ஸ்கால் பள்ளத்தாக்கு

- கோவா கடற்கரை
- மெரினா கடற்கரை
- பிச்சோலா ஏரி
- வாரணாசியின் தெருக்கள் மற்றும் மலைப்பாதை
- அந்தமான் நிகோபார் தீவுகள்
- சிரபுஞ்சி மலைப்பகுதி
- லுட்யென்ஸ் டெல்லி - பிரிட்டிஷ் அரச பாரம்பர்ய கட்டட கலை வடிவமைப்பு

ladakh - photography

- லடாக்கிலுள்ள லே கோட்டை, சாந்தி ஸ்தூபி, லடாக்கின் மடங்கள் மற்றும் நுப்ரா பள்ளத்தாக்கு
- திகைப்பூட்டும் முகலாய கட்டடக்கலை சின்னங்கள், ஷாஜகானின் வியத்தகு கட்டடக்கலை பாரம்பரியம்.

இந்தியாவின் ஆன்மா இயற்கை எழில் கொஞ்சும் இடங்களில் மட்டுமல்ல, சந்தடி மிகுந்த வண்ணமயமான கடைத்தெருக்களில், ரயில்நிலையங்களில் தென்படும் ஆயிரக்கணக்கான மனித முகங்களிலும் உள்ளது.

ராஜஸ்தானின் ஆஜ்மிர் மாவட்டத்தில் உள்ள புஷ்கர் நகரின் ஒட்டகச்சந்தை, தார் பாலைவனத்தின் கிராம வாழ்க்கை, வாரணாசியின் கங்கா ஆரத்தி, பிளாட்பாரச் சந்தைகள், கார்கள் செல்லும் சாலைகளில் மாட்டு வண்டிப்பயணங்கள் இப்படி நம் கண்கள் மூலம் மனதை விரியச் செய்யும் காட்சிக் குவியல்களால் நிறைந்தது நம் நாடு.

ஒளிப்படக்கலைஞர்கள் சீதோஷ்ண நிலை அறிந்து பயணம் மேற்கொள்வது நல்ல ஒளிப்படப்பதிவுக்கு உதவும்.

மலை சார்ந்த பகுதிகளுக்கு கோடை காலங்களில் பெரும்பாலானவர்கள் செல்வதுண்டு. ஆனால் ஒளிப்படப்பதிவிற்கு சீசன் அல்லாத காலங்களில் செல்லும்போது மழை நாட்கள், பனிக்காலங்களை பதிவு செய்யலாம்.

நாம் ஒளிப்படப் பதிவிற்கு தேர்வு செய்யும் இடங்கள் எந்த மாதத்தில் சென்றால் நன்றாக இருக்கும் என்று அறிந்து செல்வது நல்ல பலன் தரும்.

******

புகைப்படப் போட்டிகள்

PHOTOGRAPHY CONTESTS

பகுதி -10

ஒளிப்படப் போட்டிகள்
(Photography Contests)

Image challenge Z Trophy

ஒளிப்படக்கலை தோன்றிய சில வருடங்களுக்குள்ளாகவே அதை மக்களிடம் பிரபலப்படுத்தவும், கலை ரீதியான விமர்சனங்களை அறிந்து கொள்ளவும் 'ஒளிப்படக் கண்காட்சிகள்' நடத்தப்பட்டன. 1896ம் ஆண்டு 'தி வாஷிங்டன் சலன் & ஆர்ட் ஃபோட்டோகிராஃபிக் கண்காட்சி' துவக்கப்பட்டது. அது அமெரிக்க மக்களிடையே ஒளிப்படக்கலையின் மகத்துவத்தை பரப்பவும் புகழ் பெறவும் காரணமாயிருந்தது.

ஃபோட்டோகிராஃபிக் சொசைட்டி ஆஃப் மெட்ராஸ் (Photographic society of Madras) என்ற உலகின் பழமையான அமைப்பு, 1857ம் ஆண்டு மெட்ராஸில் துவங்கப்பட்டது. இதன் மூலம் இந்தியாவில் பல்வேறு ஒளிப்படப் போட்டிகள் மற்றும் கண்காட்சிகள் நடத்தப்பட்டன.

இந்தியாவில் ஒளிப்படக்கலைக்கான முதல் அமைப்பு 1854ம் ஆண்டு பம்பாயில் உருவாக்கப்பட்டது.

இன்று ஆண்டுதோறும் பல்வேறு ஒளிப்பட அமைப்புகள், பள்ளிக்கூடங்கள், கல்லூரிகள் மற்றும் நிறுவனங்கள் ஒளிப்படப் போட்டிகளை நடத்துகின்றன.

ஆயிரக்கணக்கான 'ஆன்-லைன்' போட்டிகளும் நடைபெறுகின்றன.

மத்திய அரசாங்கமும் ஆண்டுதோறும் ஒளிப்படப்போட்டி நடத்தி விருதளித்து ஒளிப்படக்கலைஞர்களை கௌரவிக்கிறது

இப்போட்டிகள் பல்வேறு பிரிவுகளின் கீழ், குறிப்பிட்ட தலைப்புகளில் நடத்தப்படுகின்றன.

சில முக்கியமான ஒளிப்படப்போட்டிப் பிரிவுகள்

- இயற்கை (Nature Photography)
- பறவைகள் மற்றும் விலங்குகள் (Birds & Wildlife Photography)
- உருவப்படம் (Portrait)
- கட்டடக்கலை (Architechture)
- சுற்றுச்சூழல் (Environment Photography)
- விளையாட்டு (Sports Photography)
- விளம்பரப் படம் (Advertising Photography)
- பூக்கள் (Flowers Photography)
- மேக்ரோ (Macro Photography)
- இரவு நேர ஒளிப்படம் (Night Photography)
- ஃபேஷன் / கவர்ச்சி (Fashion & Glamour Photography)

- குழந்தைகள் (Children Photography)
- பத்திரிகை (Journalism)
- மக்கள் (People)
- நிர்வாணம் (Nude Photography)
- வீதிகள் (Street Photography)
- இயற்கை நிலக்காட்சி (Landscape Photography)
- அகநிலைக்கருத்துள்ள படம் (Abstract Photography)

தேசிய மற்றும் உலக அளவிலான மிக முக்கியமான ஒளிப்படப்போட்டிகள்

- ஃபோட்டோ பிரிவு (மத்திய அரசாங்கம்)

  Ministry of Information and Broadcasting. Govt. Of India.

  www.photodivision.gov.in ,http://www.photodivision.gov.in,

- ஒளிப்பட விருதுகள் - இந்தியா: உலக ஒளிப்பட அமைப்பு

  India National Award - World Photography Organisation

  www.worldphoto.org/india ,http://www.worldphoto.org/india,

- தேசிய ஒளிப்படப் போட்டிகள் www.motachasha.com/scholarships / national photography award mib government of India

- உலக செய்தி பத்திரிகை ஒளிப்படப்போட்டி

    www.pressphoto.org/collection/contests ,http://www.pressphoto.org/collection/contests,

- உலக சுற்றுலா தினம் - ஒளிப்படப்போட்டி

    wtd.unwto.org/en/content/photo-competition

- நிக்கான் ஒளிப்படப்போட்டி

    www.nikon-photocontest.com/en ,http://www.nikon-photocontest.com/en,

- உலக ∴போட்டோ ஜர்னல் விருது

    Days JAPAN photojournalism award
    www.daysjapan.net/e ,http://www.daysjapan.net/e,

- சீன உலக ஒளிப்படப்போட்டி

    www.chipp.en/edejault.htm

மேலும் புகழ்பெற்ற முக்கியமான பல்வேறு உலக மற்றும் தேசிய அளவிலான ஒளிப்படப் போட்டிகள் பற்றிய தகவல்கள், அட்டவணை ஆகிய விவரங்களை கீழ்க்கண்ட இணையதளத்தில் எளிதாக பெறலாம்.

photocontestinformation.com/category/open-to-countries/open-to-india

ஒளிப்படப்போட்டிகள் பல்வேறு பிரிவுகளில் நடத்தப்படுகின்றன. ஆகவே, ஆரம்பநிலை ஒளிப்படக்கலைஞர்கள் (amateur) 'அமெச்சூர்' என்ற பிரிவில் தங்கள் ஒளிப்படங்களை அனுப்பலாம்.

எப்படி ஒளிப்படங்கள் எடுக்க எடுக்க அனுபவத்தின் மூலம் அவை மேம்படுகிறதோ, அதே போலத்தான் ஒளிப்படப்போட்டிகளில் தொடர்ந்து பங்கேற்கும்போது நிறைய கற்றுக்கொள்ளவும் முடியும்.

போட்டிகளுக்கு ஒளிப்படங்களை அனுப்பும்போது அதன் விதிமுறைகளை கவனமாகத் தெரிந்து கொள்ளுங்கள். சில போட்டிகளில் உங்கள் ஒளிப்படங்கள் அதற்கு முன் வேறு போட்டிகளில் பங்கேற்றிருக்கக்கூடாது என்ற விதிமுறைகளும் இருக்கும்.

போட்டிக்கான ஒளிப்படங்கள் சென்று சேர வேண்டிய காலத்திற்கு முன்னதாகவே அனுப்புவது நல்லது.

முதன்முறையாக ஒளிப்படப்போட்டிக்கு உங்கள் படைப்புகளை அனுப்புகிறீர்கள் என்றால் உங்களுக்குத் தெரிந்த அனுபவமிக்க ஒளிப்படக்கலைஞர்களிடம் ஆலோசனை பெறுங்கள்.

உங்கள் படைப்புகள் போட்டியில் பரிசுகளை வெல்லும் வாய்ப்பு இருக்கிறது என்ற திடமான நம்பிக்கையுடன், அதற்கேற்றவாறு அவற்றைச் செம்மைப்படுத்துங்கள் (post-processing).

உங்கள் படைப்புக்கு விருது கிடைக்கவில்லை என்றால் ஏமாற்றமடையத் தேவையில்லை உங்களைப்போலவே திறமைமிக்க வேறொறு கலைஞனுக்கு அங்கீகாரம் கிடைத்துள்ளது என்று நம்புங்கள். உங்களை அடுத்தடுத்த போட்டிகளுக்கும் ஒளிப்படப்பதிவிற்கும் தயாராக்குங்கள்.

PHOTO DIVISION
Ministry of Information and Broadcasting
Government of India

4th NATIONAL PHOTOGRAPHY AWARDS

Following Categories

1. **Life Time Achievement Award**
2. **Awards for the Professional Photographers:**
   a) Professional Photographer of the Year
   Sub: Hamara Bharat Swachh Bharat
   b) Special Mention Awards
3. **Awards for the Amateur Photographers:**
   a) Amateur Photographer of the Year
   Sub: Mother And Child
   b) Special Mention Awards

Guidelines, Terms & Conditions etc. to enter 4th National Photography Awards can be collected from the office of the Director, Photo Division, Ministry of Information and Broadcasting, Room No. 710 , SoochanaBhawan, C.G.O. complex, Lodhi Road, New Delhi-110003. The guidelines, terms & conditions can also be downloaded from the official website of Photo Division www.photodivision.gov.in

Last Date Submission of entries
31st January 2015

davp 22212/11/0008/1415

National Award Contest

AWARD WINNING ENTRIES

Twin Carriers, M.V.Rao, Bandarulanka Award, BW

1st Place - Aruna Bhatt - India

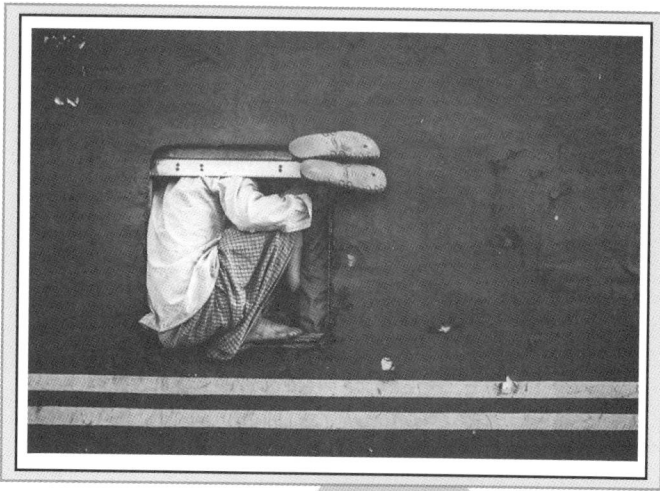

Ata - Mohammed Adnan

Bishnupur-Bankura-India-Children-kids-
childhood-Nikon-D 7000-SA

Dainan Zhou, China

Prasanta Biswas - West Bengal

Santa Mondal

SL.Shanth Kumar

******

தொழில்முறை ஒளிப்படக்கலை

11

PHOTOGRAPHY AS BUSINESS

·பகுதி - 11

தொழில்முறை ஒளிப்படக்கலை
(Photography as Business)

டிஜிட்டல் காமிராக்களின் வருகைக்கு முன், பொதுவாக எந்த நிகழ்ச்சியும் ஒளிப்படக்கலை நிபுணர்கள் மூலமே பதிவு செய்யப்பட்டது. இன்றைய டிஜிட்டல் உலகத்தில் காமிராக்களின் இயக்கம், படங்களை உடனுக்குடன் பார்க்கும் வாய்ப்பு இப்படியான சில வசதிகள் மட்டுமில்லாமல் மிகவும் குறைந்த விலைக்கே காமிராக்கள் கிடைப்பதால் சிறிய விழாக்களை குடும்பத்தினரே பதிவு செய்துவிடுகிறார்கள்.

ஆனால், இன்றும் திருமணம் போன்ற நிகழ்வுகளுக்கு தொழில்முறை ஒளிப்படக்கலைஞர்கள் நிச்சயம் தேவைப்படுகிறார்கள்.

அவரவர் வசதிக்குத் தகுந்த பட்ஜெட்டில் படமாக்கித் தந்து நல்ல வருமானமும் ஈட்டித்தரும் தொழிலாகவும் விளங்குகிறது.

இன்று ஒளிப்படத்துறை பல்வேறு தளங்களில் வியாபாரமாக இயங்குகிறது. கோடிகளில் வியாபாரம் செய்கிறார்கள்.

அவரவரின் ஆர்வம் மற்றும் திறமைக்கேற்றவாறு ஒளிப்படத்துறையில் உள்ள பல்வேறு தளங்களில் ஒன்றை கவனமாக தேர்வு செய்வதே முதல் வெற்றியாகும்.

Photography as Business

Photography as Business

Photography as Business

Photography as Business

பத்திரிகை ஒளிப்பட நிபுணர் (Photo Journalist / Press photographer)

பத்திரிகைகளுக்கு அன்றாட நிகழ்வுகளை உடனுக்குடன் பதிவு செய்து கொடுப்பதே இவர்களின் முக்கிய பணி. அரசியல், திரைப்பட நிகழ்வுகள், விபத்துகள் போன்ற மிகவும் கடினமான சூழ்நிலைகளில் பணியாற்றும் இவர்களுக்கு திறமையும் ஆர்வமும் அர்ப்பணிப்பும் மிகவும் அவசியம்.

PHOTOJOURNALIST 8

∴பேஷன் ∴போட்டோகிரா∴பர் (Fashion Photographer)

ஒளிப்படக்கலைஞர்கள், விளம்பர நிறுவனங்கள் (advertising agencies), ஆடை வடிவமைப்பாளர்கள் (fashion designers) மற்றும் மாடல்கள் (models) ஆகியோருடன் பணியாற்றும் வாய்ப்பு. இங்கு நவநாகரிக உலகத்திற்கான சரியான அடையாளங்களை சரியாக புரிந்து கொள்ள வேண்டும்.

FASHION PHOTOGRAPHER

குறிப்பாக, ஆடை வடிவமைப்பு, அவற்றின் நிறம், அதற்கேற்றவாறு வித்தியாசமான பின்னணியில் இயங்கும் முறை பற்றியும், மாடல்களின் உணர்வுகளை சரியாக மதிப்பீடு செய்து அவர்களை சிறந்த முறையில் படமாக்குவது போன்ற சவாலான பணிதான் ∴பேஷன் ஒளிப்படக்கலைஞர்களுக்கு.

தொழில்துறை ஃபோட்டோகிராஃபர் (Industrial Photographer)

இயந்திரங்களையும் அவற்றின் செயல்பாடுகளையும் மற்றும் அந்நிறுவனம் செயல்படும் இடம், உள்கட்டமைப்பு ஆகியவற்றை திறம்பட பதிவு செய்வதுதான் தொழில்துறை ஃபோட்டோகிராஃபரின் பணி. இயந்திர செயல்பாடுகளின் அடிப்படையில் ஒளி அமைப்பு செய்யும் திறன் வேண்டும்.

Industrial Photography

பொதுவாக, இயந்திரங்களுக்கான ஒளி அமைப்பில் அதிலிருந்து ஒளிச்சிதறல் (glare) வரக்கூடாது.

இத்துறையில் ஈடுபடும் ஒளிப்படக்கலைஞர்கள் பரந்து விரிந்துள்ள இடங்களுக்கு ஒளியமைக்கும் திறனுடையவர்களாக இருப்பது அவசியம்.

தடயவியல் ஃபோட்டோகிராஃபர் (Forensic Photographer)

Forensic Photographer

இவர்கள் பெரும்பாலும் காவல்துறை மற்றும் துப்பறியும் நிறுவனங்களுக்காக பணிபுரிபவர்கள். குற்றவியல் சார்ந்த நுணுக்கமான விவரங்களை பதிவு செய்யும் திறன் பெற்றவர்களாக இருப்பது அவசியம். தடயவியல் ஃபோட்டோகிராஃபரின் ஒளிப்படங்களில் உள்ள பதிவுகள் தான் அடிப்படை ஆதாரமாக விளங்கும்.

தடயவியல் ஒளிப்படக்கலைஞர்கள் மிகவும் நுட்பமான விஷயங்களை அருகாமைப்பார்வையில் பதிவு செய்யும் வகையில் காமிரா லென்ஸ் பயன்படுத்த வேண்டும்.

தடயவியல் ஃபோட்டோகிராஃபரின் ஒளிப்படங்களில் உள்ள பதிவுகள் தான் அடிப்படை ஆதாரமாக விளங்கும்.

தடயவியல் ஒளிப்படக்கலைஞர்கள் மிகவும் நுட்பமான விஷயங்களை அருகாமைப்பார்வையில் பதிவு செய்யும் வகையில் காமிரா லென்ஸ் பயன்படுத்த வேண்டும்.

உதாரணம்: கைரேகைகள், கால்தடங்கள், ரத்தக்கசிவுகள் போன்றவற்றை புலனாய்வுக்கு ஏற்றவாறு பதிவு செய்ய வேண்டும்.

அறிவியல் ஃபோட்டோகிராஃபர் (Scientific Photographer)

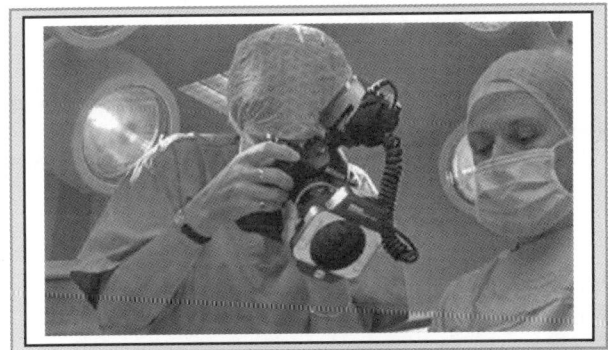

Scientific Photographer

விஞ்ஞானம், வேளாண்மை, மருத்துவம் போன்ற துறைகளில் உள்ள பதிப்பகங்கள் மற்றும் அறிக்கைகளுக்குத் தேவையானவற்றை பதிவு செய்வதே அறிவியல் ஃபோட்டோகிராஃபரின் பணி. இவர்களுக்கு அரசாங்க / தனியார் நிறுவனங்களில் பணியாற்றும் வாய்ப்பு கிடைக்கிறது.

இந்த ஒளிப்படக்கலைஞர்களுக்கு, அவர்களது ஒளிப்படத் திறமையுடன் சேர்த்து பணியாற்றும் துறைகளுக்கு ஏற்றவாறு அடிப்படைப் பட்டப்படிப்பு அவசியமாகிறது.

உதாரணம்: வேளாண்மை சம்பந்தப்பட்ட துறையில் ஃபோட்டோகிராஃபர் ஆக பணியாற்ற வேண்டுமென்றால் பி.எஸ்.சி அக்ரி (B.Sc.,) தேவைப்படும்.

பறவை மற்றும் விலங்கியல் ஃபோட்டோகிராஃபர் (Birds & wildlife photographer)

Wildlife - Photography

உலக சுகாதார நிறுவனங்கள் மற்றும் பல்வேறு அமைப்புகளில் வேலை செய்யும் வாய்ப்பிருந்தாலும் இத்துறையில் பல கலைஞர்கள் தனிப்பட்ட முறையிலேயே இயங்கி வருகின்றனர்.

பறவைகள், விலங்குகளின் அசைவுகள், அவற்றின் வாழ்வியலை இயல்பாகவும் கலைரீதியாகவும் பதிவு செய்வதே இத்துறை ஃபோட்டோகிராஃபர்களுக்கான அடிப்படை சவால்.

விலங்குகள், பறவைகள் சார்ந்த அசைவுகள் மற்றும் அவற்றின் வாழ்விடங்கள், காடுகள் பற்றிய அறிவும், ஆர்வமும் உள்ளவர்களே இத்துறையில் ஈடுபடுகிறார்கள்.

இவர்களுக்கு பொறுமை மிகவும் அவசியமாகிறது. காடுகளில் மாதக்கணக்கில் முகாமிட்டு ஒளிப்படங்கள் பதிவு செய்யவேண்டியிருக்கும். சில சமயங்களில் குறிப்பிட்ட சில அபூர்வமான வன விலங்குகளைப் பதிவு செய்ய வருடக்கணக்கில் காத்திருந்து படம்பிடித்து சாதனை படைத்தவர்களும் உள்ளனர்.

Wildlife - Photographer

ஒளிப்படக்கலைஞர்கள் பதிவு செய்யும் விலங்குகள் மற்றும் பறவைகள் அபூர்வ வகை அல்லது எதிர்பாராத கணத்தில் பதிவு செய்தால் அந்த ஒரு பதிவு மூலம் அவர்களது வாழ்நாளுக்கு போதுமானதாக இருக்குமளவு வருமானமும் விருதுகளும் கிடைக்கும்.

நேஷனல் ஜியாகர.்.பி மற்றும் ஏனைய பல இணையதளங்கள், பத்திரிகைகளில், ஒளிப்படங்கள் பிரசுரமாகி அதன் மூலம் நல்ல பெயர் மற்றும் வருவாயும் ஈட்டலாம்.

திரைப்பட ஸ்டில் .்.போட்டோகிரா.்.பர் (Movie still Photographer)

திரைப்பட படப்பிடிப்புகளில் ஒவ்வொரு முக்கியமான காட்சியைப் படமாக்கும்போதும் அல்லது படமாக்கியவுடன் அத்திரைப்படத்தின் ஒளிப்பதிவு இயக்குநர் எப்படி காமிரா கோணத்தை அமைத்தாரோ அதன் அடிப்படையில் பொதுவாக ஸ்டில் .்.போட்டோகிரா.்.பர்கள் ஒளிப்படங்களை பதிவு செய்வார்கள்.

இவர்கள் பதிவு செய்த ஒளிப்படங்களை, உதவி இயக்குநர்கள் அடுத்த காட்சிக்கான சான்றாதாரமாக (reference) பயன்படுத்துவார்கள். திரைப்பட ஸ்டில் .்.போட்டோகிரா.்.பர்கள் பதிவு செய்யும் ஒளிப்படங்கள் திரைப்படத்தின் விளம்பரங்களுக்கு அதாவது நாளிதழ்கள்கள், போஸ்டர் போன்றவற்றிற்கும் பயன்படும்.

திரைப்படத்தின் முன்னோட்டமாக அல்லது தகவல்களாக அறிய இவர்கள் திரைப்படத்தின் காட்சிகளை ஒளிப்பட ஆல்பமாக வடிவமைப்பதும் உண்டு.

திரைப்பட ஸ்டில் .்.போட்டோகிரா.்.பர்களாக பணியாற்ற திரைப்பட சங்கங்களில் குறிப்பிட்ட தொகை செலுத்தி உறுப்பினராக சேர வேண்டும்.

திரைப்பட தயாரிப்புக்கு ஏற்றவாறு இவர்களின் வருமானம் அமையும். ஸ்டில் .்.போட்டோகிரா.்.பர்கள் ஒளிப்பதிவாளராகும் வாய்ப்பும் உள்ளது.

ஆவண ஃபோட்டோகிராஃபர் (Feature photographer)

முக்கிய நிகழ்வுகளை ஒளிப்படங்களின் வரிசை மூலம் நடந்தவற்றை விவரிக்கும் தன்மை வாய்ந்தவர்கள் சிறப்பியல் ஒளிப்படக்கலைஞர்கள்.

இவர்கள் பத்திரிகை மற்றும் வார இதழ்களில் பணியாற்றும் வாய்ப்பு பெறுவார்கள்.

இவர்கள், ஏறத்தாழ ஆவணப்பட இயக்குநர்களுக்கான சிந்தனையையும் ஒளிப்படக்கலைஞர்களுக்கான அழகியல் சார்ந்த திறனுடன் கருத்தியல் சார்ந்த பதிவுகள் செய்வது அவசியம்.

திருமண விழா ஒளிப்படக்கலைஞர்கள் (Wedding Photographers)

ஒளிப்படத்துறையில், லட்சக்கணக்கானோர் தொடர்ந்து ஆர்வத்துடன் ஈடுபடுவது திருமணம் மற்றும் சுபநிகழ்வுகளுக்கான ஒளிப்படங்களை எடுப்பதில்தான். மிக எளிமையான காமிரா கருவி கொண்டும் அதே போல திரைப்படத்துறையில் பயன்படுத்தும் மிக உயர்ரக காமிராக்கள் மற்றும் ஒளிக்கருவிகள் கொண்டும் செய்யும் ஒளிப்படக்கலைஞர்களும் உண்டு.

எடுக்கும் படப் பதிவுகளை ஆல்பமாக வடிவமைப்பதிலே தான் இவர்களின் திறன் அடையாளப்படுத்தப்படுகிறது.

ஒளிப்படக்கலைஞர்கள் தங்களது வாடிக்கையாளர்களிடம் நல்ல அணுகுமுறையும் அவர்களின் விருப்பத்திற்கேற்ப கவனமாக பதிவு செய்வதன் மூலமுமே நன்மதிப்பைப் பெற்று அவர்களின் பரிந்துரையின் பேரில் தொடர்ந்து ஆர்டர்கள் பெறுவார்கள்.

கிராமத்தில் உள்ள ஒளிப்படக்கலைஞர் ஒரு நிகழ்ச்சிக்கு ரூ.12,000 முதல் ரூ.15,000 வரை பில் கொடுப்பார். இதில் அவருக்கு கிடைப்பது மிகவும் குறைவான லாபமே! ரூ.2,000 முதல் ரூ.2500 க்கு மேல் அவர் எதிர்ப்பார்க்க முடியாது. அதிலும், அவர் வேறு ஒரு ஒளிப்படக்கலைஞரை வைத்து நிகழ்ச்சியைப் பதிவு செய்தால் அதுவும் இல்லை. அவர் உபயோகப்படுதுவது நிக்கான் டி3200, நிக்கான் டி3300, நிக்கான் டி40 எக்ஸ், கேனான் 1200டி போன்ற பேசிக் லெவல் டி.எஸ்.எல்.ஆர் காமிராக்கள்.

நகரத்தில் உள்ள ஒளிப்படக்கலைஞர் ஒரு நிகழ்ச்சிக்கு ரூ.20,000 முதல் ரூ.30,000 வரை பில் கொடுப்பார். இதில் அவருக்கு கிடைப்பது ரூ.6,000 முதல் ரூ.8,000 வரை. அவர் உபயோகப்படுதுவது மிட் லெவல் டி.எஸ்.எல்.ஆர் நிக்கான் டி90, நிக்கான் டி5200, நிக்கான் டி7000, கேனான் 550டி, கேனான் 600டி, கேனான் 650டி, கேனான் 750டி வகை காமிராக்கள்.

மெட்ரோ நகரங்களில் உள்ள ஒளிப்படக்கலைஞர் ஒரு நிகழ்ச்சிக்கு வாடிக்கையாளரின் தேவைகேற்ப ரூ.40,000 முதல் சில லட்சங்கள் வரை பில் கொடுப்பார். இதில் அவருக்கு கிடைப்பது ரூ.10,000 க்கும் மேல். அவர் உபயோகப்படுதுவது ப்ரோ லெவல் டி.எஸ்.எல்.ஆர் நிக்கான் டி750, நிக்கான் டி600, நிக்கான் டி800, கேனான் 6டி, கேனான் 5டி க்ளாசிக் எம் ஐ, கேனான் 5டி II, கேனான் 5டி எம் III வகை காமிராக்கள்.

ஒளிப்பட ஸ்டுடியோ (Photographic Studio)

கிராமப்புறங்களிலிருந்து நகரங்கள் வரை இன்றும் பிரபலமாக விளங்கும் தொழில்துறை ஒளிப்பட ஸ்டுடியோ. இங்கு உருவப்படங்கள் (portraits), பாஸ்போர்ட் ஒளிப்படங்கள் முதல் ∴பேஷன், சிறிய விளம்பர ஒளிப்படங்கள் வரை வாடிக்கையாளர்களின் தேவையின் அடிப்படையில் பதிவு செய்து வருமானம் ஈட்டி வருகிறார்கள்.

எளிமையான ஸ்டுடியோ அமைக்க தேவைப்படும் உபகரணங்களின் பட்டியல்

- டிஜிட்டல் எஸ்.எல்.ஆர். காமிரா (mid level digital SLR camera)
- ஸ்டுடியோ விளக்குகள் (Studio lights)
- ∴போட்டோ மேம்படுத்தும் ஒளிப்பட மென்பொருள் (photo editing software)
- ∴ப்ளாஷ் சாப்∴ட் பாக்ஸ் (flash soft box)
- ரி∴ப்ளெக்டர்கள் (reflectors)

- ஜெனரேட்டர் அல்லது யூ.பி.எஸ். (generator or UPS)
- திரைச்சீலைகள் (curtains)
- மெமரி கார்ட், கார்ட் ரீடர், ஹார்ட் டிஸ்குகள் (memory card, card reader, hard disks)
- லேப் டாப் (lap top)

ஒளிப்பட மென்பொருட்கள்

1. ∴போட்டோ ஷாப் (photo shop)
2. பிக்காஸா (piccasa)
3. கோரல் ட்ரா (coral draw)

- அடிப்படை ஒளிப்பட பிரிண்டர்கள் (Basic printers)
- தேவைப்படும் நாற்காலிகள், மேடைகள்
- காமிரா ஸ்டாண்ட் (camera tripod)
- ஒளிப்பட ∴பில்டர்கள் (camera & light filters)

ஒளிப்படத்துறையில் கணக்கிலடங்காத பல தொழில் வாய்ப்புகள் உள்ளன. காமிரா மற்றும் அதன் உப கருவிகளின் விற்பனை உரிமம் பெற்று வியாபாரம் செய்வது, பல்வேறு சுற்றுலா தலங்களை பதிவு செய்து சுற்றுலாத்துறைக்கு ஒளிப்படங்களை விற்பனை செய்வது, பறவையின் பார்வையில் (aerial photography) ஒளிப்படங்களை பதிவு செய்வது, நீருக்கு அடியில் வாழும் உயிரினங்களை (underwater photography) படம்பிடிப்பது என்று நீளும் பல்வேறு துறைகளின் பட்டியலில் ஆர்வமும் முயற்சியும் இருந்தால் முத்திரை பதிக்க முடியும்.

******

காமிராவின் முக்கிய உதிரி பாகங்கள்

IMPORTANT CAMERA ACCESSORIES

1
2
3
4
5
6
7
8
9
10
11

12

13
14
15
16

பகுதி - 12

காமிராவின் முக்கிய உதிரி பாகங்கள் (Important Camera Accessories)

மெமரி கார்ட் (Memory card)

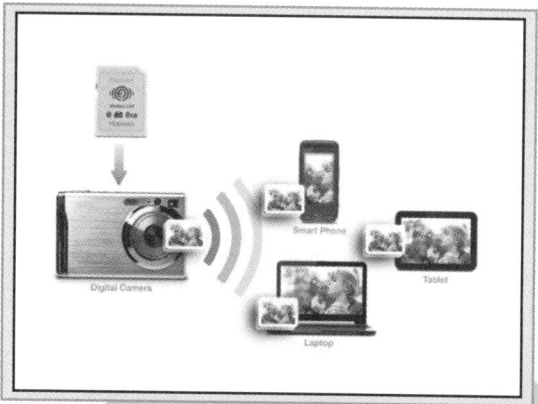

Wi - Fi Memory Card

மெமரி கார்டுகளின் வகைகள் மற்றும் அதன் பயன்களைப் பற்றி இப்புத்தகத்தில் ஏற்கனவே எழுதப்பட்டிருந்தாலும் பயனர்கள் தரமான மெமரி கார்டுகளை வாங்க வேண்டும். குறிப்பாக ஒளிப்படத்தகவல்களை வேகமாகப் பரிவர்த்தனை / பரிமாற்றம் செய்யும் திறன் (high speed card) உள்ளவற்றைப் பார்த்து வாங்க வேண்டும்.

சில காமிராக்களில் 'வை-ஃபை' வசதி இல்லாமல் இருக்கும். தற்போது மெமரி கார்டில் "வை-ஃபை" வசதி மூலம் இணைய அலை வரிசையில் ஒளிப்படங்களை தகவல் பரிமாற்றம் (share) செய்யலாம்.

Wi - Fi Memory Card

பாட்டரி பவர் (Battery Power)

நீங்கள் அடிக்கடி அதிக ஒளிப்படங்களை படமாக்குபவர் என்றால் முக்கிய கணத்தில் உங்களின் காமிரா பாட்டரியில் சக்தியில்லாமல் போனால், அது அயர்வை உண்டாக்கும்.

அதனால், சக்தி வாய்ந்த பாட்டரிகளையும், பாட்டரி கிரிப் (battery grip) மற்றும் அதிவேகமாக 'சார்ஜ்' செய்யும் பாட்டரி சார்ஜர்களையும் பயன்படுத்துவது நல்லது.

Battery Grip

காமிரா பை (Camera bag)

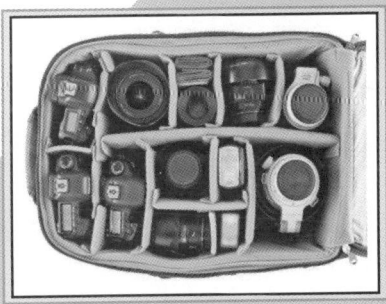

Camera bag

காமிராவை மிகவும் பாதுகாப்பாக வைக்க வேண்டும். அதற்கு தரமான 'காமிரா பை' வாங்குவது முக்கியம். காமிரா பைகள் தனி தடுப்புகள் (compartment) கொண்டவையாக இருக்க வேண்டும். அப்போது தான் காமிரா மற்றும் பாட்டரி லென்ஸ் ஆகியவற்றை தனியாக பத்திரமாக பாதுகாக்க முடியும்.

'காமிரா பை' நீர் புகாதவாறு (water resistant) உள்ளவற்றை வாங்க வேண்டும்.

லென்ஸ் க்ளீனர் (Lens cleaner)

Cleaning Blower brush

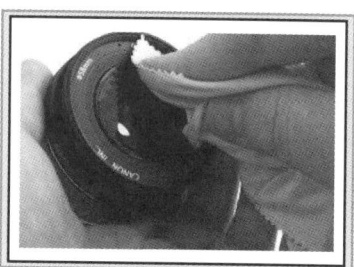
Lens cleaning

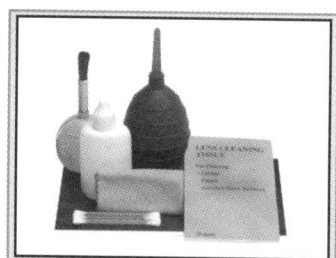
Lens - cleaning - kit

காமிராவை பயன்படுத்தும்போது தூசி, விரல்ரேகை அச்சு ஆகியவை லென்ஸில் படியும். இது ஒளிப்படப்பதிவிற்கு ஏற்றதல்ல. ஆகவே 'லென்ஸ் க்ளீனர் கிட்' வாங்கி லென்ஸை கவனமாக, மென்மையாக சுத்தம் செய்ய வேண்டும்.

எல்.சி.டி. திரை பாதுகாப்பு ஸ்டிக்கர் (LCD screen gaurd)

காமிராவின் திரவ படிக திரை (LCD) மிகவும் முக்கியமான பாகம். அதன் மூலமாகத்தான் நாம் காட்சிகளைப் பார்த்து படமாக்குகிறோம். அதனால், அதில் கீறல், தூசி படியாமல் இருக்க 'எல்.சி.டி.' ஸ்க்ரீன் கார்டை அதன் மேல் பொருத்தினால் நீண்ட நாட்களுக்கு திரவ படிக திரை பாதுகாப்பாக இருக்கும்.

LCD screen gaurd

சிலிக்கா ஜெல் (Silica Gel)

எப்போதும் காமிரா ஈரமில்லாத இடத்தில் பாதுகாப்பாக இருக்க வேண்டும். காமிரா பையில் 'சிலிக்கா ஜெல்' துகள்களை வாங்கி உள்ளே வைத்தால் லென்ஸ் பூஞ்சை (fungus) அடைவதைத் தடுக்கும்.

Silica Gel

யூ.வி. ஃபில்டர் (UV Filter)

காமிரா லென்ஸ் முன்னர் யூ.வி.ஃபில்டர் பொருத்துவது "அல்ட்ரா வைலட்" கதிர்களை தவிர்ப்பதற்காக மட்டுமல்ல, லென்ஸுக்கும் பாதுகாப்பானதாக இருக்கும்.

UV Filter

காமிரா ஸ்டாண்ட் (Camera Stand)

பொதுவாக, காமிராவை கைகளில் உறுதியாகப் பிடித்து இயக்குவது சுலபமாக இருந்தாலும், சில சமயங்களில் ஒளி குறைவாக இருக்கும்போது 'ஷட்டர் ஸ்பீட்' குறைவாக வைத்து இயக்கும்போது காமிரா அதிர்வுகளால் ஒளிப்படம் துல்லியமாகப் பதிவாகாது. இந்த சமயங்களில், காமிராவை ஸ்டாண்டில் வைத்து இயக்கவேண்டியது அவசியமாகிறது. மிகக்குறைந்த விலையில்கூட காமிரா ஸ்டாண்டுகள் கிடைக்கின்றன. ஆயிரம் ரூபாய்க்குக் கிடைக்கும் ஒற்றை ஸ்டாண்டுகளைக்கூட (monopod) பயன்படுத்தலாம்.

Camera Tripod

காமிரா ஜேக்கெட் (Camera Jacket)

Camera Jacket

ஒளிப்படக்கலைஞர்கள் காமிராவின் லென்ஸ் மூடி, பாட்டரிகள், மெமரி கார்டுகள் ஆகிய அடிக்கடி பயன்படுத்தும் பொருட்களை மீண்டும் மீண்டும் காமிரா பையைத் திறந்து திறந்து எடுக்க வேண்டி இருக்கும். அதனால், காமிரா ஜேக்கெட் அணிந்து அதன் பாக்கெட்டுகளில் இவற்றை பத்திரமாக வைத்துக் கொண்டு பயன் படுத்திக்கொள்ளலாம்.

******

ஒளிப்பட சரித்திரத் துளிகள்

1
2
3
4
5
6
7
8
9
10
11
12
13
14
15
16

IMPORTANT HISTORICAL EVENTS OF PHOTOGRAPHY

பகுதி- 13

ஒளிப்பட சரித்திரத்துளிகள்
(Important Historical Events of Photography)

Camera Abscur Box -18th century

உலகின் முதல் காமிரா - காமிரா அப்ஸ்குரா.

Voigtlander - Advertisement Camera

உலகின் மிகப்பழமையான காமிரா தயாரிப்பு 'வாக்ட்லேண்டர்' (1756)நிறுவனம் செய்தது. அவர்களே உலோகத்தால் ஆன காமிராவை 1840ம் ஆண்டில் உருவாக்கியவர்கள்

window at Le Gras

1826ம் ஆண்டு பதிவு செய்யப்பட்ட உலகின் முதல் ஒளிப்படத்திற்கு 'வியூ ஃப்ரம் தி விண்டோ அட் லீ க்ராஸ்' (view from the window at Le Gras)என்று பெயரிடப்பட்டது.

First Flash Photo

ஜேக்கப் ரில்ஸ் என்ற ஒளிப்படக்கலைஞர் 1880ம் ஆண்டு நியூயார்க் நகரத்தின் குடிசைப்பகுதிகளைப் படம்பிடிக்க முதன்முறையாக "ஃப்ளாஷ்" (செயற்கைஒளி) ஒளியை பயன்படுத்தினார்.

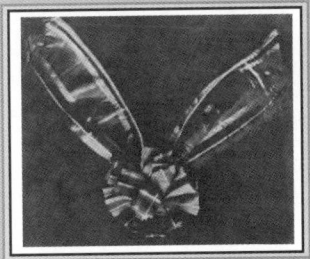

Tartan Ribbon First Colour photo

ஜேம்ஸ் க்ளெர்க் மேக்ஸ்வெல் (James Clerk Maxwell) 1861ம் ஆண்டில் "கட்டக் கோடிட்ட ரிப்பனை" (tartan ribbon) சிவப்பு, நீலம், பச்சை நிற ஃபில்டர்களை காமிராவில் பொருத்தி மூன்று முறை படமாக்கி உலகின் முதல் வண்ணப்படமாக பதிவு செய்தார்.

எட்வர்ட் மைபிரிட்ஜ்(Edward Myubridge) என்ற ஒளிப்படக்கலைஞர் 1872ம் ஆண்டு முதல் 1878ம் ஆண்டு வரை பரிசோதனை செய்து முதன்முறையாக(குதிரையின்) அசைவுகளைப் பதிவு செய்தார்.

Kodak Film

ஜார்ஜ் ஈஸ்ட்மேன் (George Eastman) 1884ம் ஆண்டு கண்டுபிடித்த 'ரோல்ஃபிலிம்' ஒளிப்படக்கலையை பிரபலமாக்கியது.ஏறத்தாழ 100 வருடங்களுக்கும் மேலாக காட்சிகளைப் பதிவு செய்ய ஃபிலிம் பயன்படுத்தப்பட்டு வந்தது.

ஃப்ரென்ச்சு ஒளிப்படக்கலைஞர் ஹிப்பொல்டி பாயார்ட் உலகின் முதல் தன்னைத்தானே படமாக்கிய உருவப்படத்தைப் (self portrait) பதிவு செய்தவர். ஒளிப்படக்கலையைக் கண்டுபிடித்த முன்னோடிகளில் இவரும் ஒருவர்.

Hipolte Boyard Self Portrait

முதல் 35 எம்.எம். எஸ்.எல்.ஆர். காமிராவை (1937) உருவாக்கியவர்கள் சோவியத் ரஷ்யாவைச் சார்ந்த ‘கோம்ஸ்’ நிறுவனம்.

gomz First SLR - Russia

First Zoom Lens

ஜூம் லென்ஸுகள் திரைப்படத்துறையில் 1929ம் ஆண்டே அறிமுகமானாலும், ஒளிப்படக்கலையில் 1959ம் ஆண்டு வாக்டலேண்டர் நிறுவனம் 36-82 எம்.எம். கொண்ட லென்ஸ் அறிமுகப்படுத்தியது..

First Digital Camera - Kodak

‘கோடாக்’ நிறுவனத்தின் ஸ்டீவ் சாசன் என்பவரால் முதல் டிஜிட்டல் காமிரா 1975ம் ஆண்டு அறிமுகப்படுத்தப்பட்டது.

First Minalto - DSLR

கைக்கு அடக்கமான முதல் டிஜிட்டல் எஸ்.எல்.ஆர். காமிராவை 'மினோல்டா' நிறுவனம் 1995ம் ஆண்டில் அறிமுகப்படுத்தியது.

******

புகழ்பெற்ற ஒளிப்படப்பதிவுகள்

ICONIC PHOTOGRAPHS

1
2
3
4
5
6
7
8
9
10
11
12
13
14
15
16

பகுதி - 14

புகழ்பெற்ற ஒளிப்படப்பதிவுகள் (Iconic Photographs)

விமானத்துடன் ரைட் சகோதரர்களைப் படமாகிய ஜான் டி. டேனியல்ஸுக்கு காமிராவை எப்படி இயக்குவது என்பது தெரியாது. ஆர்வில் ரைட் காமிராவை ட்ரைபாடில் வைத்து செட் செய்ய, டேனியல்ஸ் ஷட்டரை மட்டும் ரிலீஸ் செய்தார்.

Wright Bros

ஹிட்லரின் ஆட்சிக்காலத்தில் புகழ்பெற்ற பாடகி எடித் பியாஃப், ஜெர்மனி சிறைச்சாலைகளில் பாடல் நிகழ்ச்சிகளை நடத்தினார். அப்போது கைதிகளுடன் சேர்ந்து படம் எடுத்துக்கொண்டார். பிறகு அந்த ஒளிப்படங்களிலிருந்த கைதிகளின் முகங்கள் போலி பாஸ்போர்ட் தயாரிக்கப் பயன்படுத்தப்பட்டன. மீண்டும் பாடகி எடித் பியாஃப் சிறைச்சாலைக்குச் சென்றபோது ரகசியமாக கைதிகளுக்கு பாஸ்போர்ட்டுகளை கொடுத்து அவர்களைத் தப்பிக்க வைத்தார்.

Edith Piaf

நேஷனல் ஜியாகரபியின் ஒளிப்படக்கலைஞர் ஸ்டீவ் மெக்கரியின் ஆஃப்கன் கேர்ள் (Afghan girl) பதிவு.

Afghan Woman

ஹிரோஷிமாவில் வீசப்பட்ட அணுகுண்டால் ஏறத்தாழ எண்பதாயிரம் மக்கள் உயிரிழந்தனர். அணுகுண்டு வீச்சின்போது யூ.எஸ். ராணுவம் எடுத்த படத்துக்கு 'காளான் மேகங்கள்' (mushroom clouds) என்று பெயரிடப்பட்டது.

Nagasaki - 1945

மாவீரன் 'சே' வின் உடல் அடக்கம் செய்யப்படுவதற்கு முன் பிரட்டி அல்போர்டா வால் 1967ம் ஆண்டு எடுக்கப்பட்ட படம்.

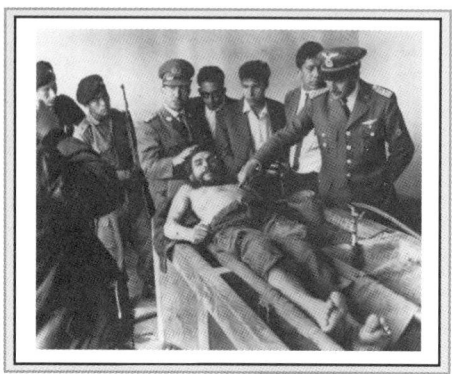

வியட்நாம் போரின்போது ஒன்பது வயது பெண்குழந்தை தன்னை தீயிலிருந்து காப்பாற்றிக்கொள்ள ஆடையின்றி ஓடிவந்த இப்படம் உலகை அதிர்ச்சிக்குள்ளாக்கியது.

கேட்கும் திறனற்ற சிறுவன் ஹெரால்ட் வைட்டில்ஸ் ஹியரிங் எய்ட் கருவி பொருத்தப்பட்டபின் முதல் முறையாக ஒலியைக் கேட்ட கணத்தைப் பதிவு செய்தவர் ஜாக் பிராட்லீ.

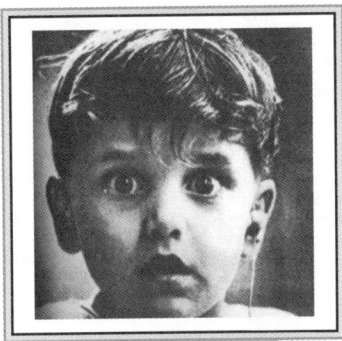

Herald Whittels

போபால் விஷவாயு கசிவால் இறந்துபோன குழந்தையின் படம்.

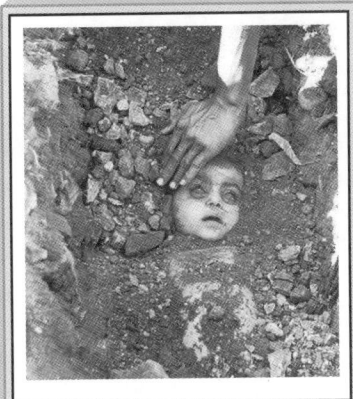

Bhopal Gas Tragedy

நிலவில் மனிதனின் முதல் காலடி.

Man on Moon

1932ம் ஆண்டு நியூயார்க் நகரத்தில் ஏறத்தாழ 900 அடி உயரத்தில் க்ரேன் மீது எந்த பாதுகாப்பும் இல்லாமல் மதிய உணவருந்தும் தொழிலாளர்கள்.

சுனாமி பேரழிவுக்குப்பின் ஆர்கோ டட்டாவின் படம்.

கம்ப்யூட்டரின் விண்டோஸ் எக்ஸ்.பி ஆப்பரேட்டிங் சிஸ்டத்தின் முகப்புப்படம். உலகில் மிக அதிகமானோரால் பார்க்கப்பட்டது, நேஷனல் ஜியாகரபியின் ஒளிப்படக்கலைஞர் சார்லஸ் ஓ. ரியர் பதிவு செய்த 'ப்லிஸ்' (bliss) என்ற ஒளிப்படம்.

Windows Bliss

படமெடுக்க தன் ஒளிப்படக்கருவியை சரிபார்க்கும் ஒளிப்படக்கலைஞர், தன்னை சுடப்போகிறார் என்று நினைத்து கைகளை உயர்த்தும் சிரியாவின் பிஞ்சுக்குழந்தை. மனம் கசக்கச் செய்த படம்.

Syrian Girl

நேபாள பூகம்பப் பேரழிவின்போது எடுக்கப்பட்ட நெஞ்சைப்பிழியும் குழந்தைகளின் படம்.

Brother and Sister

******

ஒளிப்படப் பயன்பாட்டு மென்பொருட்கள்

PHOTOGRAPHIC SOFTWARES AND APPS

1
2
3
4
5
6
7
8
9
10
11
12
13
14
15
16

பகுதி - 15

ஒளிப்படப் பயன்பாட்டு மென்பொருட்கள்
(Photographic Softwares and Apps)

ஒளிப்படப்பதிவிற்கு பின்னர் பதிவு செய்தவற்றில் உள்ள நிறம், கட்டமைப்பு, காண்ட்ராஸ்ட், பின்னணி ஆகியவற்றை மேம்படுத்த இன்று பல்வேறு ஒளிப்பட பயன்பாட்டு மென்பொருட்கள் அறிமுகமாகி வருகிறது.

பர்சனல் கம்ப்யூட்டர் மற்றும் மேக் வகைகளுக்கு சிறப்பு வாய்ந்த ஒளிப்பட மென்பொருட்களுக்கான பரிந்துரை:

- கூகுள் பிக்காசா (Google Picasa)

- அடோப் ஃபோட்டோ ஷாப் (Adobe photoshop)

Adobe Photoshop

- அடோப் லைட் ரூம் (Adobe lightroom)

Adobe Lightroom

Coral Draw Paint pro

- கோரல் பெயிண்ட் ஷாப் ப்ரோ (Coral paint shop pro)

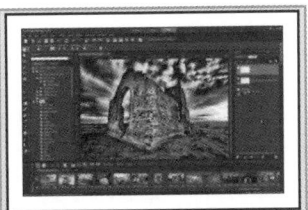

இதில் கூகுள் பிக்காசா மென்பொருள் இலவசமாக கூகுள் கணக்கைத் துவக்கி பதிவிறக்கம் செய்து பயன்படுத்தலாம்.

கூகுள் பிக்காசா மிக எளிதாக பயன்படுத்தும் முறையில் உருவாக்கப்பட்டுள்ளது.

ஸ்மார்ட் ஃபோன்களுக்கான ஒளிப்பட மென்பொருள்

இன்று ஐஃபோன் மற்றும் அண்ட்ராய்ட் வகை செல்ஃபோன்களுக்கு கூகுள் 'ப்ளே ஸ்டோர்' சென்று பல்வேறு வகையான ஒளிப்பட மென்பொருள் பதிவிறக்கம் செய்யலாம்.

இங்கே ஒரு சில தரமான மென்பொருள்கள் (Apps) பரிந்துரை.

ஒளிப்பட மென்பொருள்	பயன்பெறும் ஃபோன்
ஸ்நாப் சீட் (snap seed) -	ஐஃபோன் ஃ அண்ட்ராய்ட்

Snap seed App

- இன்ஸ்டாகிராம் (Instagram) - ஐ.ஃ.போன்.ஃ.அண்ட்ராய்ட்.ஃ.விண்டோஸ்

Instagram

- பிக்ஸ்லர் எக்ஸ்பிரஸ் (Pixlr Express) - அண்ட்ராய்ட் ∴ ஐ.ஓ.எஸ்.

Pixilr Express

- விஸ்கோ கேம் (Visco cam) - ஐ.ஃ.போன்.ஃ.அண்ட்ராய்ட்

Visco cam - App

- ∴போட்டோஎடிட்டர் (Photo editor Aviary) - அண்ட்ராய்ட்.ஃ.விண்டோஸ்

ஸ்நாப் ஸீட்

மொபைல் ஒளிப்பட மென்பொருட்கள் மூலம் நாம் பதிவு செய்த ஒளிப்படங்களை, மிகச்சிறப்பாக மெருகேற்றலாம். அப்படி நூற்றுக்கணக்கான செயலிகள் (Apps) இருக்கின்றன. இங்கே 'ஸ்நாப் ஸீட்' என்ற ஒளிப்பட செயலி பற்றிய சில விவரங்களைப் பார்ப்போம்.

டியூன் இமேஜ் (Tune image)

காண்ட்ராஸ்ட், நிறம், ஒளிர்வு ஆகியவற்றை இதன் மூலம் கூட்டவும் குறைக்கவும் முடியும்.

மறு கட்டமைப்பு (Crop)

செல்.்.போனில் பதிவு செய்யும்போது அகன்ற பார்வையிலேயே பதிவு செய்ய முடிகிறது. தேவையற்ற கூறுகளை 'க்ராப்' செட்டிங் மூலம் மறு கட்டமைப்பு செய்யலாம்.

டிடெயில் (Detail)

பதிவு செய்த ஒளிப்படங்களை கூர்மையாக்க (sharpening) உதவும் செட்டிங் 'டிடெயில்'.

செலக்டிவ் (Selective)

ஒளிப்படங்களில் சிறிய பகுதியின் நிறம் மற்றும் ஒளிர்வைக்கூட்ட உதவும் செட்டிங்.

உதாரணம்: கண்கள்.

பிரஷ் (Brush)

இந்த செட்டிங்கைத் தேர்வு செய்து நம் விரலால் செல்.்.போனில் உள்ள ஒளிப்படத்தின் குறிப்பிட்ட பகுதியைத் தேய்த்தால், அப்பகுதி ஒளிர்வடையும்.

இவை போக, கறுப்பு வெள்ளை, செ.ஃ.பியா டோன் போன்ற ஒளிப்பட மேம்பாட்டுப் பணிகளையும் செய்யலாம்.

அதே போல, மேம்படுத்தப்பட்ட ஒளிப்படங்களை இந்த ‘ஸ்நாப் ஸீட்’ செயலி மூலமாக, நேரடியாக .ஃ.பேஸ்புக், டிவிட்டர் போன்ற சமூக வலைதளங்களிலும் (upload) பதிவேற்றலாம்.

******

என்
ஒளிப்படப் பயணம்
சி.ஜெ.ராஜ்குமார்

MY
PHOTOGRAPHIC
JOURNEY

1
2
3
4
5
6
7
8
9
10
11
12
13
14
15
16

பகுதி - 16

என் ஒளிப்படப் பயணம் - சி.ஜெ. ராஜ்குமார்
(My Photographic Journey - C.J.Rajkumar)

அப்போது கோவை பி.எஸ்.ஜி. கல்லூரியில் மெக்கானிக்கல் இரண்டாம் ஆண்டு படித்துக்கொண்டிருந்தேன். தேசிய அளவிலான ஒளிப்படப்பயிற்சி முகாம் நடத்தப்போவதாக எங்கள் கல்லூரியின் 'ஃபோட்டோகிராஃபி க்ளப்' அறிவித்திருந்தது. என்னிடம் சொந்தமாக காமிராவோ, அதற்கு முன்னர் ஒளிப்படம் பதிவு செய்ததாக நினைவோ இல்லை. எங்கள் கல்லூரியிலேயே ஒளிப்பட முகாம் நடைபெறுவதால், ஏதோ ஒரு உந்துதலில் என் பெயரைப் பதிவு செய்துவிட்டேன்.

மூன்று நாட்கள் ஒளிப்பட முகாமில், ஒளிப்பட வல்லுநர்கள் தங்களின் அனுபவங்களையும் மிகச்சிறந்த ஒளிப்படங்களுக்கான கட்டமைப்பையும் பற்றிய ஆலோசனைகளையும் வழங்கினார்கள்.

முகாமின் இறுதி நாளன்று பங்கேற்பாளர்கள் அனைவரையும் ஒளிப்படங்களைப் பதிவு செய்யவைத்து, அதற்கான போட்டியும் நடத்தினார்கள். என்னிடம் காமிரா இல்லாததால் கல்லூரியில் என்னுடைய சீனியரும் ஃபோட்டோ கிளப் நிர்வாகியுமான திரு. பரணிதரன், ஃபோட்டோ கிளப்பில் உள்ள காமிராவை அன்று எனக்கு அளிக்க ஏற்பாடு செய்தார்.

போட்டி முடிவுகள் அறிவிக்கப்பட்ட போது எனக்கு ஆச்சர்யமும் அதிர்ச்சியும் ஒருசேர ஏற்பட்டது. ஆம்! தேசிய அளவிலான அப்போட்டியில் எனக்கு மூன்றாம் பரிசு கிடைத்தது. அந்தப் பரிசு, இன்று நான் ஒளிப்பதிவாளராக இயங்குவதற்கான ஆரம்பப் புள்ளியாக இருக்கலாம்.

PSG Photography Club

ஒளிப்படக்கலை பற்றிய புரிதலில் தொடக்க நிலையில் இருந்த போதே பரிசு பெற்றது எனக்கு மிகுந்த மகிழ்ச்சியை ஏற்படுத்தினாலும், ஒருவித பதற்றத்தையும் தந்தது. என் ஆர்வத்தைப்புரிந்து கொண்ட என் தந்தை, அவருடைய நண்பரின் காமிராவை சில நாட்களுக்கு நான் பயன்படுத்த வாங்கிக்கொடுத்தார். தொடர்ந்து பல்வேறு ஒளி அமைப்புகளில் படங்களைப் பதிவு செய்து பிரிண்டைப் பார்த்தபோது, நண்பர்கள் பாராட்டினாலும், எனக்கு அயர்வைக்கொடுத்தது. மீண்டும் ஒளிப்படக்கலை பற்றிய புத்தகங்களைத் தேடித்தேடி படித்தேன். மெதுவாக புரிய ஆரம்பித்தது. என்னுடைய காம்போஷிசனில் குறைபாடிருப்பதை உணர்ந்தேன். ஓரளவுக்கு ஒளிப்படக்கலை பற்றிய அடிப்படை புரிய ஆரம்பித்தவுடன் மீண்டும் சிறப்பாக பதிவு செய்ய வேண்டும் என்று காத்திருந்தேன். அப்போதுதான் தேசிய அளவிலான இமய மலையேற்ற டிரெக்கிங் நிகழ்வில் பங்கு கொண்டேன்.

அப்பாவின் நண்பர் திரு.எஸ்.டி.ராமகிருஷ்ணன் அவர்களின் எலக்ட்ரோ-35 (Electro-35) காமிராவை வாங்கிக்கொண்டு இமயமலை சென்றேன். அந்தப் பயணத்தில் பதிவு செய்த ஒளிப்படங்களில் நல்ல முன்னேற்றம் தெரிந்ததை என்னாலேயே உணர முடிந்தது. ஒளி அளவு நிர்மாணம் செய்வதில், கட்டமைப்பில் மாற்றம் ஏற்பட்டிருப்பதை உணர்ந்தேன். அதன் பிறகு பல கல்லூரிகளில் நடைபெற்ற போட்டிகளில் தொடர்ந்து பரிசுகளை வென்றேன். அப்போது காமிராவில் உள்ள 'பி' ஷட்டர் இயக்கம் மூலம் நீண்ட நேரம ஒளிப்படங்களை பதிவு செய்யும் முறை எனக்கு ஆச்சர்யத்தை ஏற்படுத்தியது.

Himalayan Trekking

என்னுள் கற்பனை விரிய ஆரம்பித்தது. ஒளியின் மூலம் வரையலாம் என்ற அடிப்படையில் ஒரு பென் டார்ச் (pen torch) வாங்கி என் வீட்டு மொட்டை மாடியில் இரவின் கும்மிருட்டில் எலக்ட்ரோ-35 காமிராவை ஸ்டாண்டில் பொருத்தி, அப்ரேச்சர் F4 வைத்துவிட்டு, ஷட்டர் 'பி' மோடில் வைத்து 'க்ளிக்' பொத்தானை அழுத்தி லாக் செய்துவிட்டேன். இப்போது ஷட்டர் திறந்தே இருக்கும். கும்மிருட்டில் என் நண்பர் ஒருவரின் பின்னால் மறைந்து நின்று பென் டார்ச் ஆன் செய்து அவருடைய அவுட்லைனை காலிலிருந்து தொடங்கி தலை வரை ஒளியால் மெதுவாக வரைய ஆரம்பித்தேன். இதை செய்ய 20 நிமிடங்களானது. ஏனென்றால், பென் டார்ச் ஒளியை மெதுவாக நகர்த்தினால் ஒளியால் ஆன மெல்லிய கோடு போல வரும். அதுவே, அசைத்தால் திசைகளற்ற கோடுகள் ஆகிவிடும்.

பிறகு ஃப்ரேமுக்கு வெளியே இருந்து என் நண்பனை ஃப்ளாஷ் மூலம் என் உருவத்தை பதிவு செய்யச் சொன்னேன். பிறகு, மெதுவாக காமிரா அருகே வந்து 'பி' ஷட்டரின் லாக்கை ரிலீஸ் செய்தேன். அப்பாடா ஒரு வித்தியாசமான முயற்சி செய்தாகிவிட்டது. உடனடியாக லாப்பில் கழுவி பிரிண்ட் செய்து பார்க்க வேண்டும் என்று எங்களுக்கு ஒரே ஆவல். ஆனால், இரவாகிவிட்டது, இனி அடுத்த நாள் காலையில்தான் லேப் திறப்பார்கள் என்பதால், அன்றைய இரவு எனக்கு உறக்கம் தொலைந்து போனது.

காலையில் ஃபிலிம் ரோலில் இன்னும் 30 ஃபிரேம்கள் பதிவு செய்யலாம் என்று இருந்தும் அதை லேப்பில் நெகடிவ் ப்ராஸஸிங் செய்வதற்கு கொடுத்து மிகவும் அவசரம் என்று தெரிவித்துவிட்டு அங்கேயே இரண்டு மணி நேரம் காத்திருந்தேன்.

'நெகடிவ் ரெடி'! அதை பார்த்தபோது நான் கற்பனை செய்தது சரியாக வந்துவிட்டது என்று தோன்றியது. உடனடியாக பிரிண்ட் செய்யக் கொடுத்தேன். மீண்டும் அரை மணி நேரக் காத்திருப்புக்குப் பிறகு பிரிண்டர் ஒளிப்படத்தை கவருக்குள் போட்டு புன்னகையுடன் என்னிடம் கொடுத்து, இந்த பதிவிற்கு நிச்சயம் பல விருதுகள் கிடைக்கும் என்று கூறினார். ஆர்வத்துடன் கவரில் உள்ள ஒளிப்படத்தை எடுத்துப்பார்த்தேன். நானே ஆச்சர்யப்படுமளவுக்கு படம் பதிவாகி இருந்தது.

ஒளியால் வரைந்த என் நண்பன் மாய ஒளியில் இருப்பது போலவும், நான் அதைப் பார்த்து பயந்தது போலவும் சிறப்பாகப் பதிவாகியிருந்தது. லேப்பில் இருந்தவர்கள் அனைவரும் படத்தை ஒருவர் மாற்றி ஒருவர் பார்த்து வியந்து பாராட்டினர்.

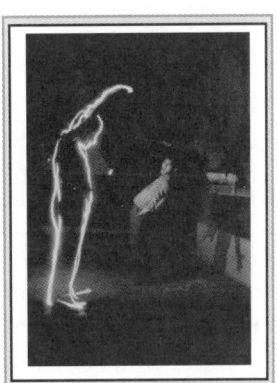

இனி என் எதிர்காலம் திரைப்பட ஒளிப்பதிவாளராவதே என்று முடிவு செய்து அதை என் குடும்பத்தினருக்கு அறிவித்தேன்.

அதன் பிறகே என் அப்பாவும் எனக்கு 'கேனான் டி-50' (Canon T-50) என்ற காமிராவை வாங்கித்தந்தார். அப்போது (1988) காமிராவை வாங்குவதும் அவ்வளவு சுலபமல்ல. யாராவது வெளிநாட்டிலிருந்து வாங்கி வர வேண்டும். அல்லது சென்னை பர்மா பஜாரில்தான் ஓரளவுக்கு நியாயமான விலையில் கிடைக்கும்.

சொந்தக் காமிரா கிடைத்தவுடன் ஒளிப்படப்பதிவில் என் அடையாளத்தை அறிய முயன்றேன். தொடர்ந்து, என் கண்கள் தினமும் பார்க்கும் காட்சி, ஆனால் கவனிக்கத் தவறிய கணங்களை பதிவு செய்ய ஆரம்பித்தேன். ஓர் புதிய உலகம் என் கண் முன்னே விரியத் தொடங்கியது.

பி.எஸ்.ஜி. கல்லூரியில் என்னுடைய பேராசிரியர்கள் திரு. லட்சுமி காந்தன், திரு. ஷசிதரன் நாயர் ஆகியோர் எனக்கு ஃபோட்டோ கிளப்பில் பதவி கொடுத்து அப்போதே மற்ற கல்லூரி மாணவர்களுக்கு ஒளிப்படப் பயிற்சி அளிக்கச் சொல்லி ஊக்குவித்தனர். எனக்குத் தெரிந்தவற்றை ஓய்வு நாட்களில் முழுமனதோடு அவர்களுக்கு சொல்லிக்கொடுத்தேன். அதில் பலர் நல்ல ஒளிப்படக்கலைஞர்களாகவும் உருவாகினர்.

என் கல்லூரிப் படிப்பும் முடிந்தது. திரைப்பட ஒளிப்பதிவு பற்றிப் படிக்க வேண்டும் என்று முடிவு செய்து அதற்கான முயற்சியில் ஈடுபடும்போது எனக்கு க்ரோம் ∴பிலிமில் (chrome) ஒளிப்படங்களாக பதிவு செய்யும் ஆசை வந்தது. தேர்ந்த ஒளிப்படக்கலைஞர்களே 'டிரான்ஸ்பரன்சி' (transperancy) என்று அழைக்கப்படும் முறையில் படமாக்கி வந்தார்கள். அதாவது, க்ரோம் ∴பிலிமை காமிராவில் அடக்கி வழக்கம்போல் பதிவு செய்ய வேண்டும். பதிவு செய்தபின் அவற்றை லேப் பிராஸ்ஸிங்குக்குக் கொடுத்தால் அதை நேரடியாக பாஸிடிவ் ∴பிலிமாகக் கொடுப்பார்கள். அதை பார்க்க ஸ்லைடு ப்ரொஜெக்டர்கள் வேண்டும். இம்முறையிலான பதிவுகள் சவால் நிறைந்தவை. ஏனென்றால், காமிராவில் சரியான எக்ஸ்போசர் மற்றும் காம்போஷிசன் செய்ய வேண்டும். நெகடிவ் ∴பிலிம் மூலம் பிரிண்ட் செய்யும் போது கொஞ்சம் எக்ஸ்போசர் சரி செய்ய முடியும். க்ரோம் ∴பிலிமில் அது முடியாது. ஏனென்றால், அது பிராஸஸ் செய்யும்போது நேரடியாக பாஸிடிவ் படமாக வரும்.

பதிவு செய்தவற்றை சின்ன ஸ்லைடு ப்ரொஜெக்டர் மூலம் பெரிய சுவற்றில் அல்லது திரையில் பார்க்கும் அனுபவம் அலாதியானது.

நானும் எக்டாக்ரோம் ∴பிலிம் (Ektachrome film) வாங்கி படமாக்க ஆரம்பித்தேன். எனக்கு விருப்பமான உலகத்தை என் பார்வையில் படமாக்கினேன். அதை வழக்கமாக கோவையில் "∴போட்டோ சென்டர்" என்ற லேப்பில் பிராஸ்ஸிங் செய்வேன். அதன் உரிமையாளர் திரு. மருதாசலம் அவர்கள் ஒரு உலகப்புகழ்பெற்ற ஒளிப்படக்கலைஞர். என்னுடைய ஒவ்வொரு ஒளிப்படத்தையும் பார்த்து சிறப்பாக விமர்சனம் செய்வார்.

என்னுடைய ஒளிப்படங்கள் பாஸிடிவ் டிரான்ஸ்பரன்ஸியாக இருக்கிறது. இதை பார்க்க வேண்டும் என்றால் ஒரு ப்ரொஜெக்டரை வாடகைக்கு எடுக்க வேண்டும். பாயர் (Bayer) நிறுவனத்தில் உயர் பதவியிலிருந்த என் தந்தையின் நண்பர் திரு.இளங்கோ அவர்கள் கம்பெனி மூலமாக ஒரு ப்ரொஜெக்டரை எனக்கு பரிசளித்தார்.

பல்வேறு தன்னார்வ அமைப்புகள் என்னுடைய வித்தியாசமான பதிவுகளை மக்களிடம் கொண்டு சென்றன. நகரங்கள், கிராமங்களில் மாலை வேளைகளில் ஒளிப்படங்களை ப்ரொஜெக்டரில் செலுத்தித் திரையிடுவோம். ஓவியர் ஜீவா நந்தன் அவர்களின் ஓவியக்கூடத்தில் ஓவியங்களுக்கு மத்தியில் என்னுடைய ஒளிப்படத்தொகுப்பை ஸ்லைடு ப்ரொஜெக்டரில் காண்பித்தபோது, அவர் என்னுடைய நிறக்

கட்டமைப்பைப் (color composition) பாராட்டியது பசுமையாக நினைவிருக்கிறது.

பொதுமக்களிடமிருந்தும் பாராட்டுகள் கிடைத்தன. என்னுடைய பதிவுகளில் இருக்கும் கூறுகள் எளிமையானவை. அவை, பிரமிக்க வைக்கும் இயற்கை காட்சிகளோ அல்லது வசீகரிக்கும் உருவப்படங்களோ அல்ல. அன்றாட வாழ்வில் கடந்து போகும் சில கணங்கள்!

போட்டிகளில் கிடைத்த பரிசுகளை விட மக்களிடம் கிடைத்த பாராட்டுக்கள் எனக்கு மிகுந்த உற்சாகத்தை அளித்தது. ஒரு கட்டத்துக்குப் பிறகு என் படைப்புகளை போட்டிக்கு அனுப்புவதைத் தவிர்த்துவிட்டு மக்களிடம் கொண்டு சென்றேன்.

பெங்களுருவில் உள்ள எஸ்.ஜே.பி.கல்லூரியில் மூன்றாண்டுகள் திரைப்பட ஒளிப்பதிவு படிப்பை முடித்துவிட்டு சினிமாதான் எதிர்காலம் என்ற உறுதியுடன் சென்னைக்கு வந்தேன். என் ஒளிப்படங்களைப் பார்த்து வியந்த தேசிய விருது பெற்ற 'மோகமுள்' படத்தின் தயாரிப்பாளர் திரு. ஜானகிராமன் அவர்கள் ஒளிப்பதிவாளர் திரு. தங்கர்பச்சானிடம் என்னை உதவி ஒளிப்பதிவாளராகச் சேர்த்துவிட்டார்.

என் ஒளிப்படங்களை வெகுவாக ரசித்த திரு. தங்கர்பச்சான் அவர்கள் அவருடைய 'குடிமுந்திரி' நாவலின் முகப்பு படமாக என் படத்தை (இறகில் படிந்திருக்கும் எண்ணற்ற பனித்துளிகள்) பயன்படுத்தினார்.

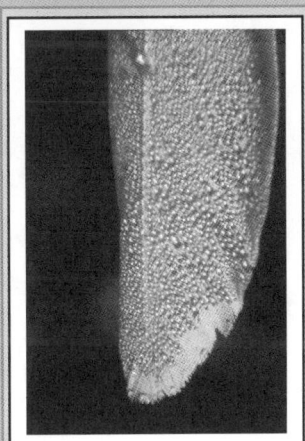

புதுமைப்பித்தனின் 'அன்னை இட்ட தீ' நாவலின் முகப்பு அட்டையாகவும் அதனைத் தொடர்ந்து பல இலக்கியப் படைப்புகளின் முகப்புப்படமாகவும் என் படங்கள் பயன்படுத்தப்பட்டன.

கடந்த 2000 மாவது ஆண்டு தீபாவளி சிறப்பிதழில் ஆனந்த விகடன் பத்திரிகை, எனது ஒளிப்படங்களை சிறப்புத் தொகுப்பாக வெளியிட்டது. தொடர்ந்து குங்குமம் வார இதழ், ஆசியாவின் புகழ்பெற்ற ஒளிப்பட மாத இதழான 'பெட்டர் ஃபோட்டோகிராஃபி' போன்ற பல இதழ்களிலும் என்னுடைய ஒளிப்படங்கள் பிரசுரமாயின.

இப்போது ஒளிப்படத்துறையும் அதன் அடையாளங்களும் மாறிப்போயின. ஃபிலிமின் உபயோகம் குறைந்து டிஜிட்டல் காமிராக்கள் அணிவகுக்கின்றன. எல்லாம் கம்ப்யூட்டர் மயமாகிவிட்டது. எக்டாக்ரோம் ஃபிலிமும் அதை பிராஸஸிங் செய்யும் முறையும் வரலாறாகிவிட்டது. ஆனால் இன்றும் அந்த ஸ்லைடு ப்ரொஜெக்டரை என் வீட்டு அலமாரியில் பத்திரமாக வைத்திருக்கிறேன்.

திரைப்படத்துறையில், டிஜிட்டல் ஒளிப்பதிவு முறைக்கு என்னால் எளிதாகச் செல்ல முடிந்தது. ஆனால் ஒளிபடப்பதிவில் மட்டும் மனதில் இன்றும் பழைய எலக்ட்ரோ-35 , கேனான் டி50 காமிராவில் காட்சிகளை பதிவு செய்தது, லேப்பில் காத்திருந்து பதிவு செய்தவற்றை பிரிண்டுகளாகப் பார்த்தபோது அடைந்த மகிழ்ச்சிக்கு ஈடே இல்லை எனலாம்.

இன்றைய டிஜிட்டல் ஸ்டில் காமிராக்களை கைக்கடிகாரம், செல்ஃபோன் போல எப்போதும் உடனிருக்கும் நண்பனாகப் பார்க்க முயற்சிக்கிறேன். வெகு காலம் கழித்து இப்போது மீண்டும் என் ஒளிப்படப் பயணத்தைத் துவக்கியுள்ளேன்.

My first Award Winning photography

******

புது வரவுகள்

NEW ARRIVALS

புது வரவுகள்
(New Arrivals)

டி.எக்ஸ்.ஓ. லென்ஸ் காமிரா (DXO One Lens Camera)

ஒளிப்பட மென்பொருட்களை உருவாக்கும் நிறுவனமான டி.எக்ஸ்.ஓ தற்போது டி.எக்ஸ்.ஓ. ஒன் (DXO One) என்ற லென்ஸ் காமிராவை தயாரித்துள்ளது.

இந்த லென்ஸ், ஒரு இன்ச் அளவுடன் 20.2 மெகா பிக்சல் சென்சார் அமைப்புடனும் மைக்ரோ எஸ்.டி. கார்டில் காட்சிகளை சேமிக்கும் வசதியுடனும் வடிவமைக்கப்பட்டுள்ளது. இதை ஐ.ஃ.போன் 6 செல்.ஃ.போனுடன் இணைத்தால், அது ஒரு டி.எஸ்.எல்.ஆர் காமிராவாகவே மாறிவிடும்.

ஐ.ஃ.போன் திரை, ஒளிப்படங்களை பதிவு செய்வதற்கும் மெனுக்களைத் தேர்வு செய்வதற்கும் பயன்படுகிறது.

ஐ.ஃ.போன் திரை, ஒளிப்படங்களை பதிவு செய்வதற்கும் மெனுக்களைத் தேர்வு செய்வதற்கும் பயன்படுகிறது.

டி.எக்ஸ்.ஓ. காமிரா லென்ஸ் - 32 எம்.எம்.

அப்ரேச்சர் இயக்கம் - F 1.8 முதல் F/11 வரை

ஷட்டர் இயக்கம் - 1/8000 முதல் 15 நொடிகள் வரை

ஐ.எஸ்.ஓ. இயக்கம் - 100 முதல் 50,000 வரை

டி.எக்ஸ்.ஓ. ஒன் ஐ.ஃ.போன் 6 உடன் இணைத்து குறைந்த ஒளியிலும் மிகச்சிறந்த ஒளிப்படங்களைப் பதிவு செய்யலாம். மேலும், ஒளிப்படங்களை ரா (Raw) மற்றும் ஜெபெக் (jpeg) ஃபைல்களாக பதிவு செய்யும் வசதியும் உள்ளது.

DXO One With I Phone

அதில் 'ரா' ஃபைல்களாக பதிவு செய்யும் ஒளிப்படங்கள் லென்ஸில் உள்ள மைக்ரோ எஸ்.டி. கார்டிலும், ஜெபெக் ஃபைல்களாக உள்ள ஒளிப்படங்கள் நேரடியாக ஐ.ஃ.போனில் சேமிக்கப்படும்.

இதன் விலை தோராயமாக நாற்பதாயிரம் ரூபாய் ஆகும்.

கேனான் 5 டி.எஸ் / 5 டி.எஸ்.ஆர் (Canon EOS 5 DS / 5 DSR)

5 டி.எஸ்.ஆர் (Canon EOS 5 DS / 5 DSR)

(Canon EOS 5 DS / 5 DSR)

கேனான் நிறுவனம் தற்போது 50.6 மெகா பிக்சல் திறனுடன் உயர்ரக ஒளிப்படங்களை பதிவு செய்யும் ஃபுல்ஃபிரேம் சென்சார் உள்ள டி.எஸ்.எல்.ஆர் வகை காமிராவை இரண்டு மாடல்களாக அறிவித்துள்ளது. இவை தொழில்முறை ஒளிப்படக்கலைஞர்களுக்கு உற்சாகம் தரும் காமிரா மாடல்களாகும்.

இதில் பதிவு செய்யும் ஒவ்வொரு ஒளிப்படத்தின் ஃபைலும் அதிக கொள்ளளவு கொண்டதாகும். அதனால் மிகப்பெரிய அளவிற்கு ஒளிப்படங்களை (பேனர் மற்றும் போஸ்டருக்கு) பெரிதாக்கினாலும், அதன் நிறம் மற்றும் துல்லியம் மாறாது.

லிட்ரோ இல்லும் காமிரா (Litro Illum Camera)

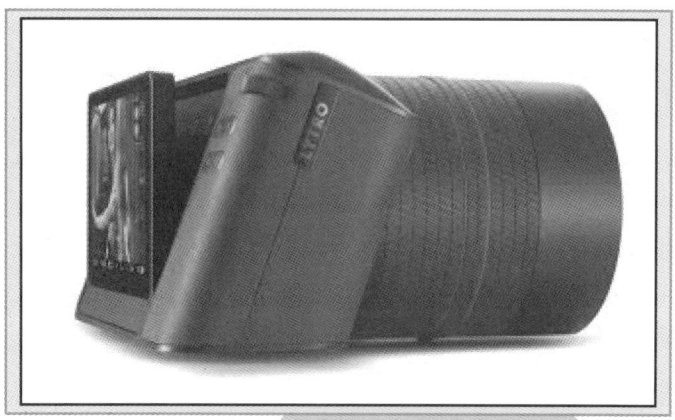

(Litro Illum Camera)

புதுமையான தொழில்நுட்பம் கொண்ட இக்காமிரா 'லைட் ஃபீலட்' (light field) காமிரா என்று அழைக்கப்படுகிறது.

'லிட்ரோ இல்லும்' காமிராவானது நாம் படமாக்கும் ஒளிப்படங்களின் அனைத்துத் தகவல்களையும் ஜஃபோகஸ் (focus), டெப்த் ஆஃப் ஃபீல்ட் (depth of field), எக்ஸ்போசர் (exposure)] பதிவு செய்கிறது. அதாவது, நாம் படமாக்கும் காட்சியின் ஒளி சென்சார் மீது படும்போது அதன் அனைத்து கோணங்களையும் ஒரு முப்பரிமாண (3D) நுட்பத்துடன் இக்காமிரா பதிவு செய்து கொள்கிறது.

எந்த பகுதிக்கு ஃபோகஸ் வேண்டும் என்பதிலிருந்து டெப்த் ஆஃப் பீல்ட் எப்படி இருக்க வேண்டும் என்பதுவரை படமாக்கிய பின் ஒளிப்படக்கலைஞர்கள் தீர்மானிக்கலாம்.

அதேபோல இக்காமிரா கொண்டு பதிவு செய்த பின், அதன் மென்பொருட்களை (software) கொண்டு முப்பரிமாணக் காட்சிகளாக கணிணியில் உருவாக்கலாம்.

Photograph taken by Litro Illum Camera

'லிட்ரோ இல்லும்' காமிராவின் தொடுதிரையில் (touch screen) நாம் படமாக்கிய காட்சிகளில் நம் விரலால் எந்தப் பகுதியைத் தொடுகிறோமோ அங்கே ∴போகஸ் மற்றும் டெப்த் மாறுதல் அடைவதை பார்க்க முடியும்.

லிட்ரோ இல்லும் தகவல்கள் (Specifications)

சென்சார் - 40 மெகாரே (40 Megaray)

லென்ஸ் - 30-250 எம்.எம்.

லிட்ரோ இல்லும் படமாக்கும் காட்சிகள் 'எல்.ஆர்.எ.∴ப்' (LRF) ∴பைல்களாக பெயரிடப்படுகிறது. காட்சிகள் கணிணியில் ஏற்றப்பட்ட பிறகு ஒவ்வொரு ஒளிப்படத்தின் தகவல்களும் 55 எம்.பி (55MB) கொள்ளளவு கொண்டதாக இருக்கும்.

****

சிறப்புக்கட்டுரை

திரு.ஜி.பட்டாபிராமன்

Photo Journalist

உயிரியலாளராக இருந்து ஃபோட்டோ ஜர்னலிஸ்டான, தி நியூ இந்தியன் எக்ஸ்பிரஸ் நாளிதழின் ஃபோட்டோ ஜர்னலிஸ்ட் திரு.ஜி.பட்டபிராமன், ஆசிய துணைக்கண்டத்தின் சமூக, பொருளாதார, கலாச்சார மற்றும் சுற்றுச்சூழல் தொடர்பான சிறப்புச் செய்தியாளர்.

2005ம் ஆண்டு அவுட்லுக் ஸ்பீக் அவுட் இமேஜஸ் போட்டியின் சிறப்பு விருது, 2012ம் ஆண்டு அப்பன் மேனன் நினைவு விருது, 2013ம் ஆண்டு சர்வதேச செஞ்சிலுவைச் சங்கம் அளித்த ஃபோட்டோ ஜர்னலிஸம் விருது ஆகிய விருதுகள் பெற்றவர்.

இந்திய கலாச்சார அமைச்சகத்திடமிருந்து ஜூனியர் ∴பெலோஷிப் (2008), தென்னிந்தியாவில் கடல் அரிப்பு பற்றிய ஆவணப்படத்திற்காக டெல்லி அறிவியல் மற்றும் சுற்றுச்சூழல் அமைப்பிடமிருந்து மீடியா ∴பெலோஷிப் (2010), நியூயார்க் மாக்னம் ∴பௌண்டேஷனின் ஹியூமன் ரைட்ஸ் ∴போட்டோகிரா∴பி ∴பெலோஷிப் மற்றும் சமீபத்தில் பனோஸ் சவுத் ஏஷியா மைக்ரண்ட் லேபர் ∴பெலோஷிப் (2015) ஆகியவை இவருக்கு வழங்கப்பட்ட ∴பெலோஷிப்கள்.

ஒரு ∴போட்டோ கட்டுரை எவ்வாறு அமைய வேண்டும் என்று அவருடைய அனுபவத்திலிருந்து பகிர்ந்து கொள்கிறார்.

∴போட்டோ கட்டுரை (Photo Essay)

பல செய்தித்தாள்கள் மற்றும் பத்திரிகைகளில் பிரத்தியேகமான ∴போட்டோ கட்டுரைகள் இடம்பெறுகின்றன. அவை அந்தந்த பத்திரிகையின் ஒளிப்படக்கலைஞர்கள், ஆவண ஒளிப்படக்கலைஞர்களின் பங்களிப்பில் இடம்பெறுகிறது.

∴போட்டோ கட்டுரைகள் என்பது ஒளிப்படங்கள் மூலம் ஒரு கதை போல செய்திகளை சொல்லும் முறை (Photoessay is a series of story telling images). பொதுவாக மூன்று முதல் பன்னிரண்டு ஒளிப்படங்கள் வரை ஒரு ∴போட்டோ கட்டுரையில் இடம்பெறலாம்.

ஒரு சிறப்பான ∴போட்டோ கட்டுரைக்கான விதிகள் (Golden rules for producing a Photoessay):

- ∴போட்டோ கட்டுரையின் தன்மையை விவரிக்கும் முதன்மை ஒளிப்படத்தை (lead photo) சரியாகத் தேர்வு செய்ய வேண்டும். (a precise story telling image).

- உங்கள் கட்டுரையின் களம் எது என்பதை உணர்த்த அந்த இடத்தின் சுற்றுப்புறத்தை (geographical ambiance) சரியாகப் பதிவு செய்ய வேண்டும்.

  உதாரணம்: ‘கும்பமேளா’ பற்றிய கட்டுரை என்றால் கங்கை-யமுனை நதிக்கரையை சரியான கோணத்தில் படமாக்க வேண்டும்.

- முதன்மை ஒளிப்படத்திற்குத் துணை சேர்க்கும் கூர்மையான விவரங்களைக் கொண்ட துணை ஒளிப்படங்களைப் (sharp details co-related to the primary subject) பதிவு செய்யவேண்டும்.

- ஒவ்வொரு ஒளிப்படத்தையும் பல்வேறு கோணங்களில் பதிவு செய்து விஷுவல் வெரைட்டி (by varying focal lengths, formats, angles) இருக்குமாறு பார்த்துக்கொள்ள வேண்டும்.

- ஒளிப்படத்தொடர் வரிசையில் ஒன்றுக்கு ஒன்றுடன் விஷுவல் இணைப்பு (images showing transition from one sub unit to other) இருந்தால், அது வாசிப்பவர்களுக்கு ஆர்வத்தை உண்டாக்கும்.

- அதே போல மாறுபட்ட வெளிப்பாடுகள் (contrast expressions) கொண்ட ஒளிப்படங்களை கவனமாகச் சேர்த்தால் கட்டுரை மிகச்சிறப்பாக இருக்கும்.

  உதாரணம்: குத்துச்சண்டை வீரரைப் பற்றிய ஃபோட்டோ கதை என்றால், அதில் அவர் தன் குழந்தைகளுடன் விளையாடுவது போல ஒரு ஒளிப்படம் எடுப்பது சிறப்பானதாக இருக்கும்.

உணர்வுகளைப் பிரதிபலிக்கும் உருவப்படங்களை சேர்க்க வேண்டும். (Include emotionally strong portraits).

- மீண்டும் மீண்டும் ஒரே மாதிரியான (avoid repetitive mood/moment) ஒளிப்படங்கள் இடம்பெறுவதைத் தவிர்க்கவும்.

- ஒரு ஒளிப்படத்திற்கும் மற்றொன்றிற்கும் உள்ள தொடர்பினை (portray relationships) வெளிப்படுத்துங்கள்.

- ஃபோட்டோ கட்டுரையில் இடம்பெறும் இறுதி ஒளிப்படம், மொத்த கட்டுரையின் நோக்கத்தை (have a strong concluding image) நிறைவு செய்வதாக இருக்க வேண்டும்.

*****

சிறப்புக்கட்டுரை

திரு. ந.செல்வன்

ஒளிப்படக்கலைஞர்

திரு ந.செல்வன் கடந்த 31 ஆண்டுகளாக ஒளிப்படக்கலைத்துறையில் இயங்கி வருபவர். 1750 க்கும் மேற்பட்ட இவரது புகைப்படங்கள் முன்னணி ஃபோட்டோகிராஃபி இதழ்களில் பிரசுரமாகியிருக்கின்றன.

தேசிய மற்றும் மாநில அளவிலான ஒளிப்படப் போட்டிகளில் பங்கேற்று பல பரிசுகள் வென்ற இவர், நெய்வேலி ஜவஹர் பள்ளியில் கடந்த 22 ஆண்டுகளாக கலை ஆசிரியராக பணிபுரிந்து வருகிறார்.

ஒளிப்படக்கலை பற்றி இதுவரை 20 கண்காட்சிகளை நடத்தியுள்ள இவர், ஃபோட்டோகிராஃபி பற்றிய கட்டுரைகள் எழுதி வருவதோடு பயிற்சிப்பட்டறைகளையும் நடத்துகிறார். ஒளிப்படக்கலையில் சேவைக்கான வாழ்நாள் சாதனையாளர் விருது பெற்றவர். ஆவணப்படங்கள், குறும்படங்கள், ஒளிப்படங்கள் என்று இடைவிடாமல் இயங்கி வரும் திரு ந.செல்வன், இரண்டு புத்தகங்களையும் (ஓவியனின் ஒளிப்பயணங்கள், ஒளிப்படக்கலைஞர் ஆர்.கே.ஆழ்வார்) எழுதியுள்ளார்.

எது நல்ல ஒளிப்படம்?

175 ஆண்டுகளுக்கு முன்னர் ஃபிரெஞ்ச் அறிவியல் கழகத்தால் அறிவியல் கண்டுபிடிப்பாக வெளி உலகிற்கு அறிமுகமான ஒளிப்படம், கலை வடிவமாக அங்கீகரிக்கப்பட பல ஆண்டுகளானது. ஓவியங்களே கலையென்றும், ஒளிப்படங்கள் வெறும் நகலெடுக்கும் இயந்திரங்களென்றும் வழங்கிக்கொண்டிருந்த காலகட்டத்தில் ஒளிப்படங்களின் அபார வளர்ச்சியை உற்று நோக்கிய கலை விமர்சகர்கள் ஒளிப்படக்கலையை 19ம் நூற்றாண்டின் மிகப்பெரிய கலையாக, சமூகத்தின் அனைத்துத் துறைகளிலும் தாக்கத்தை நிகழ்த்தக் கூடிய கலை வடிவமாக ஏற்றுக்கொண்டனர்.

காமிரா சந்தைப்படுத்தப்பட்டு உலகில் உள்ள ஒவ்வொருவரும் விரும்பினால் ஒளிப்படங்கள் எடுக்கலாமென்ற நிலை உருவாகியுள்ளது. இன்று திரும்பிய திசையெல்லாம் ஒளிப்படங்களால் இணையதளங்கள் நிரம்பி வழிகின்றன. மிக எளிதாக இன்று நாம் காணும் ஒளிப்படங்களில் எது நல்ல படம் என்று கேட்டால், சற்று குழம்பித்தான் போவோம்.

பளிச்சென்று இருந்தால், வண்ணங்கள் நிறைந்திருந்தால், தெளிவாக துல்லியமாக பதிவாகியிருந்தால், அது நல்ல ஒளிப்படமா?

இருள் அடர்ந்து, ஒளி குறைந்து, கறுப்பு வெள்ளையில் இருந்தால் அது கலை நயமான படமா?

ஃபோட்டோஷாப், லைட்ரூமில் மெருகேற்றப்பட்ட படங்கள் நல்ல படங்களா?

இப்படி எண்ணற்ற கேள்விகளுக்கான பதில் அவ்வளவு எளிதானதல்ல.

31 ஆண்டுகளுக்கு முன்னர் என் முதல் காமிராவில் நல்ல படம் என்று நான் நினைத்து எடுத்தது இன்றைய ரசனைத் தராசில் எடுபடவில்லை.

இணையதள வசதிகள் இல்லாத அந்தக் காலகட்டங்களில் பிற ஒளிப்படக்கலைஞர்களின் படங்களைப் பார்க்க பத்திரிகைகள், ஒளிப்பட நூல்கள் மற்றும் ஒளிப்படக் கண்காட்சிகளையே பெரிதும் நம்பியிருந்தோம்.

எது நல்ல படம் என்று விவாதிக்க, நண்பர்கள் கும்பகோணம் இரா.மனோகரன், எம்.ஜான்பாஸ்கோ தவிர எங்கள் ஊரில் வேறு யாரும் இல்லை.

ஆனால், இன்று எங்கு திரும்பினாலும் ஒளிப்படக்கலைஞர்கள், ஒளிப்படங்கள், கண்காட்சிகள், விவாதங்கள், குழுக்கள், விமர்சனங்கள், ஒளிப்படப் பயிற்சிப்பட்டறைகள் என்று அரங்கம் நிறைந்து நிறைவின்மையிலேயே முடிகிறது.

தெளிவான படங்களே நல்ல ஒளிப்படங்கள் என்று நினைத்து நான் எடுத்த எனது ஆரம்பகாலப் படங்கள் பின்னர் அலுப்பைத் தந்தன.

இந்திய ஒளிப்படக்கலைஞரும், ஒளிப்பட இதழியலாளருமான ரகு ராய் மற்றும் ஜான் ஐசக்கின் ஒளிப்படங்கள் ஏற்படுத்திய சமூக தாக்கங்கள் என்னை வேறு ஒரு திசைக்கு இட்டுச் சென்றது.

அமெரிக்க ஒளிப்படக்கலைஞர் அன்சல் ஆடம்ஸின் கருப்பு வெள்ளைப் படங்கள், ஃபிரான்சின் ஹென்றி கார்டியர் பிரேசானின் தெரு ஒளிப்படங்கள், பிரேசிலின் ஆவண ஒளிப்பதிவாளரும் ஒளிப்பட இதழியலாளருமான செபஸ்டியோ சால்கேடோவின் சமூக அக்கறை சார்ந்த ஒளிப்படங்கள், இரண்டாம் உலகப்போரை ஆவணப்படுத்திய அமெரிக்க ஒளிப்பட இதழியலாளர் யூஜின் ஸ்மித்தின் மனிதநேயப் படங்கள், யூசுஃப் கார்ஸின் முகப்படங்கள், 20ம் நூற்றாண்டின் ஒளிப்படக்கலைஞர்களில் மிகப்பெரிய தாக்கத்தை ஏற்படுத்திய எட்வர்டு வெஸ்டன், நேஷனல் ஜியாகரஃபி இதழ்களில் வெளியான ஸ்டீவ் மெக்கரியின் ஒளிப்படங்கள் ஆகியவற்றை பார்க்க நேர்ந்தபோது எது நல்ல ஒளிப்படம் என்பது புரிய ஆரம்பித்தது.

இருள், ஒளி, கட்டமைப்பு, உள்ளடக்கம், வண்ணங்கள் ஆகியவற்றின் முக்கியத்துவத்தைப் புரிந்து கொண்டு, அழகியல் ரசித்து, அரசியல் பயின்று, விழிப்புணர்வு நிலையின் அவசியம் ஆகியவற்றை ஒளிப்படக்கலைஞன் புரிந்து கொண்டால் மட்டுமே ஒரு நல்ல ஒளிப்படத்தை உருவாக்க முடியும்.

நல்ல ஒளிப்படம் எடுக்க ஒருவர் முன்கூட்டியே அந்தக் காட்சியை மனக்கண்ணால் பார்க்க வேண்டும் என்கிறார் தனது கருப்பு வெள்ளைப் படங்களால் உலகப் புகழ் பெற்ற ஒளிப்படக்கலைஞர் அன்சல் ஆடம்ஸ்.

காட்சிக்கு தேவையான லென்ஸையும் காமிராவின் நுணுக்கங்களையும் நுட்பங்களையும் சரியாகப் பயன்படுத்திக்கொண்டால் ஒரு நல்ல ஒளிப்படத்தை உருவாக்க முடியும். இவை அனைத்தும் ஒன்றோடு ஒன்று தொடர்புடையது என்கிறார் ஒளிப்படக்கலை பயிற்சியாளரும் எழுத்தாளருமான ∴பிரிமேன் பேட்டர்சன்.

காட்சியமைப்பின் கலையை உலகப் புகழ் பெற்ற ஓவியர்களின் ஓவியங்களை உற்று நோக்கி உள்வாங்கிக் கொள்வதினாலும் தொடர் பயிற்சிகளாலும் நாம் கற்றுக்கொள்ளலாம். ஆர்வமுள்ள ஒரு நல்ல ரசிகனால் ஒரு நல்ல ஒளிப்படத்தை எடுக்க முடியும்.

மேன்மையான ஒளிப்படம் என்பது ஒருவன் எடுத்துக்கொள்ளும் கருவை எந்த அளவு முழுமையாக உணர்கிறானோ அந்த அளவு ஆழ்ந்த நுண்ணுணர்வோடு அது வெளிப்படும். அதுவே அவனது உண்மையான வெளிப்பாடு மற்றும் வாழ்வியலின் புரிதலாகும் என்கிறார் அன்சல் ஆடம்ஸ்.

வாழ்வியலை புரிந்து கொண்டு அதை கலையில் உண்மையாக வெளிப்படுத்த வேண்டும் என்பதை இதைவிடச் சிறப்பாக சொல்லிவிட முடியுமா என்ன?

ஒவ்வொரு மனிதனும், தன் சிந்தனை, கற்பனை, கல்வித்தரம், அரசியல், கலை, பண்பாடு மற்றும் ரசனை சார்ந்து இது சிறந்த ஒளிப்படம் என்று முன்னிறுத்துவர்.

நீங்கள் பார்த்த ஒளிப்படத்தில் உங்களால் மறக்க முடியாதபடி ஏதேனும் இருந்தால் அது ஒரு நல்ல ஒளிப்படம் என்கிறார் ஜோசப் கோடெல்கா. இக்கருத்தை ஒளிப்பட ரசனையின் ஆரம்ப அளவுகோலாக வைத்துக்கொள்ளலாம்.

பரந்து விரிந்து கிடக்கும் இந்த உலகை, நீங்கள் பயணம் செய்து பார்க்கும் காட்சியை, வசிக்கும் இடத்தை, சுற்றுச்சூழலை பிறர் பார்க்க வாய்ப்பில்லை.

தான் பார்த்து, ரசித்து, வியந்து அனுபவிக்கும் காட்சியை அதன் வீரியம் குறையாமல் நொடிப்பொழுதில் காமிராவுக்குள் சிறைபிடித்து பார்வையாளர்களுக்கும் கடத்துவதே ஒரு நல்ல ஒளிப்படம் என்பேன்.

அப்படி நான் எடுக்கத் தவறிய காட்சிகள் ஏராளம். அந்த ஒரு நல்ல ஒளிப்படத்திற்காக காமிராவுடன் விழிப்புணர்வோடு காத்திருக்கிறேன்.

*****

நூலாசிரியரின் ஒளிப்படத்தொகுப்பு

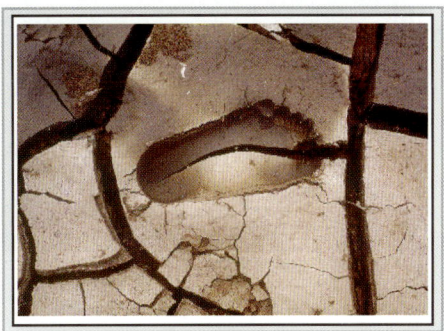

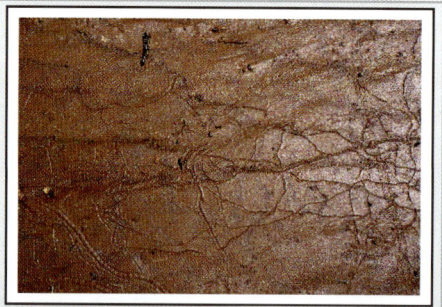
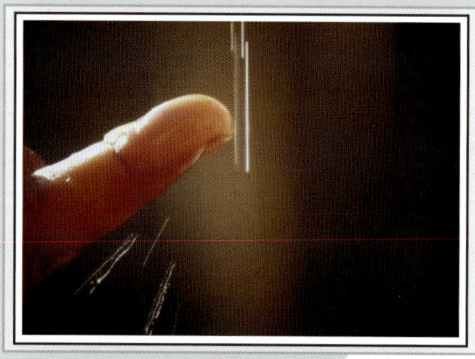

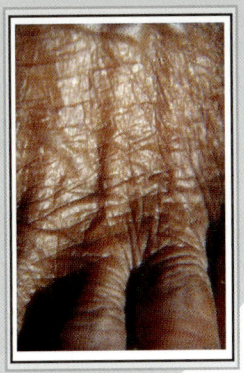

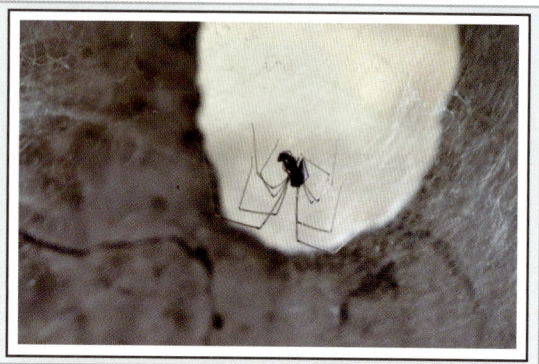

AWARD WINNING PHOTOGRAPHS

Bishnupur-Bankura-India-Children-kids-childhood-Nikon-D 7000-SA

1st Place - Aruna Bhatt - India

Dainan Zhou , China

Prasanta Biswas - West Bengal

Section 2

lensview

p4-5

98% of India's reserves of chromite deposits are found in Orissa. It is also the second-highest contributor to the total value generated by the minerals sector in India

Recently Sukinda was in the news, being placed in the top 10 list of the world's most polluted places — Surveyed by the New York-based Blacksmith Institute

Tucked away in Orissa's backyards is Sukinda. **G Pattabi Raman**, who visited the mining village and spoke to its people, has only grim pictures to click and a sad tale to tell

residues

Orissa's mineral hotspots fall in the ecologically rich tribal-inhabited areas. It's proved to be a huge bonanza for the extractors and the state government. For the inhabitants, it's an endless nightmare.

Orissa's Jajpur district is one of the most active mining centres. It has iron ore, chromite — essential for the production of stainless steel — and granite as the three major industries. Sukinda is an important mining village which contributes over 95 per cent of India's chromite ore.

Recently Sukinda was in the news, being placed in the top 10 list of the world's most polluted places surveyed by the New York-based Blacksmith Institute. More than six decades of intensive opencast mining has resulted in chronic air and water pollution that have gradually taken their toll on the locals — resulting in tuberculosis, asthma and gastrointestinal disorders as well as stillbirths.

Apart from chemical pollution, there is the issue of exploitation of innocent tribal women. Unwed mothers are a serious matter, thanks to the many truckers visiting the villages

As the mines lack a proper environmental management plan, the water, along with other effluents, is let out in the fields in the adjoining villages. A study by the state pollution control board shows that this wastewater is rich in hexavalent chromium, a known carcinogen.

The wastewater finally drains into the Damsala rivulet, a tributary of the Brahmani river, which is the lifeline of almost two million people in Jajpur district. The Brahmani itself is among the country's most polluted waterways, receiving about 29,000 kilolitres of water laden with heavy metal every day.

A retired mines official admits to the pollution, though he feels it is exaggerated. "Wherever there are mines, there will be pollution. In Sukinda, there is pollution in air and water, but at permissible levels. Whatever hue and cry is being created is politically motivated," he says.

Apart from chemical pollution, there is also the issue of exploitation of innocent tribal women. Unwed mothers are a serious matter in several villages. For example, Mankodia Sahi, a village with a population of less than 500, has 14 unwed mothers. The enormous number of truckers who visit the mining villages exploit the poverty of the local people. Women in that part of the district have a high rate of addiction to alcohol. That's in addition to the large number of unwanted pregnancies.

Wherever there are mines, there will be pollution. Sukinda has it in its air and water — but at permissible limits. All the hue and cry created is politically motivated ”

PATTABIRAMAN PHOTO ESSAY

GAMING
Plants and Zombies manages to stay hilarious until the very end

GEEK'S CORNER
A guide to resolve the LCD-Plasma dilemma PAGES | 4-5

Sexualities
A chat with Veena S, the first transgender woman to compete in an election in south India, and the rights of a queer soldier PAGE | 2

Multiverse, home to the best women bloggers p7

The Music Box
MGMT is back with a more grown-up sound PAGE | 8

MAGAZINE 8PAGES

The New Indian Express
Saturday, March 27, 2010
www.expressbuzz.com

zeitgeist

zeitgeist@expressbuzz.com

The people of North Kerala have two kinds of gods: one, the ancient Theyyam deities; the other, the relatively recent Marxist icons. **G Pattabi Raman** travels to a Malabar village to click pictures of the traditional ritual art form ahead of World Theatre Day today, and realises how theism and communism beautifully coexist in a land of apparent contradictions

The proletarian Gods

I knew it was going to be quite a sight. But it was only on reaching the Theyyam site at that small temple in north Kerala that I grasped the essence of some of its key features. I mean, you have to see it to believe it. The predominantly red masks and the larger-than-life costumes look equally impressive during daytime and night hours when they swing into action — but then this was something I expected too. In closer focus, however, there are a quite a few features that are even more striking than the amazing looks of the dancing deities and the eerie atmosphere they build up.

For one, this ancient Malabar-origin form is itself a kaleidoscope of sorts. The graceful way some of the icons sway to the beats of the ethnic *chenda* drum and *ilathalam* (cymbals) would make you believe Theyyam is some sort of dance. The dramatics some of its characters drum up are so exciting that one would categorise this form as folk theatre. Even so, the sheer awe and humility with which the devotees watch the scenes and participate in them prompt you to conclude that this is, in fact, a primeval form of worship. After all, Theyyam is a corruption of the word 'Daivam', which means God. So, if the venue is a Hindu shrine, the artiste himself represents the deity. Or, if the platform is an ancestral home or a sacred grove, the deity can just be a sacred *peetham* (wooden stool) or even special weapons or a tree or a stone.

I had a peep at the greenroom, if you can call the make-up space so. The performers' faces and bodies are painted with locally made natural concoctions. It's a long process that scholars believe gives the artistes the time to meditate and push their minds into a frenzied state that many feel is godly. And the most revelatory part was the community angle: the Theyyam performer invariably hails from the lower rungs of the conventional caste order. Velan, Vannan, Parayan, Malayan, Kopalan, Mayilon, Mannutan, Anhuttan... all of them form the other end of the Brahmins in the Chaaturvarnya spectrum.

In Kannur district where I went, they call Theyyam more intimately as Kaliyattam. And if it's a major event, it's Perumkaliyattam. The Theyyam I attended was a once-in-28-years feature spanning across seven days — at Kannamangalam Kazhakam. Curiously, this is in Trikaripur, a place also known as a traditional CPI(M) bastion. If God can be from the Pariah segment of society, Marxism can find no better territory to flourish. For once, Theyyam seemed to bridge the banks of theism and communism. In any case, red is a common colour for both.

– pattabiram@gmail.com

THE RED OF LEGENDS: 1: Vairajathan Vellattam narrates its legend; **2:** Portrait of Kundor Cha[illegible]; **3:** Poonkunnath Vairajathan Thira narrates its legend; **4:** Vairajathan Vellattam frightens the audience; **5:** Elanhikkal Bhagavathi, the second major deity blesses the dev[illegible]; **6:** Elanhikkal Bhagavathi narrates its legend; **7:** Poonkunnath Vairajathan Thira on the pedestal

PATTABIRAMAN PHOTO ESSAY